ETHIOPIC LIBRA

Hugh Pilkington

The Book of Proverbs in Ethiopic and English

Bilingual Edition

Mutanabbi Publicaitons
2019

ETHIOPIC LIBRARY COLLECTION

1. Hugh Pilkington. *The Book of Proverbs in Ethiopic and English*.

2. *Kebra Nagast*. Bilingual edition (Ge'ez-English)

3. August Dillmann. *Ethiopic Chrestomathy. Texts*. (English edition)

4. August Dillmann. *Ethiopic Chrestomathy. Glossary*. (English edition)

5. Job Ludolf. *The Book of Psalms* (Ge'ez edition).

6. *The Ascension of Isaiah* (Ge'ez – English edition).

Contents

PREFACE 4

Chapter 1 5

Chapter 2 13

Chapter 3 18

Chapter 4 26

Chapter 5 32

Chapter 6 37

Chapter 7 46

Chapter 8 52

Chapter 9 60

Chapter 10 66

Chapter 11 73

Chapter 12 80

Chapter 13 87

Chapter 14 93

Chapter 15 101

Chapter 16 109

Chapter 17 117

Chapter 18 124

Chapter 19 129

Chapter 20 135

Chapter 21 141

2

Chapter 22 148
Chapter 23 155
Chapter 24 163
Chapter 25 171
Chapter 26 178
Chapter 27 185
Chapter 28 191
Chapter 29 198
Chapter 30 204
Chapter 31 213

PREFACE

It is surprising that after more than a century of scholarly work on the text of the Old Testament in Ethiopic no complete critical edition is in print. In fact, Proverbs and Ezekiel appear never to have been the object of critical study at all. The da Bassano version is helpful for everyday use, but it never set out to be a "critical edition" in the scholarly sense.

I hope that this resubmitted study of Proverbs will fill a lacuna in the investigation of the Ethiopic Old Testament, and may contribute towards the eventual production of a complete critical edition of it. It will be seen that this edition of Proverbs raises as many problems as it solves; I hope that it will one day be possible to put the findings from Proverbs into the context of the entire Ethiopic Old Testament.

Hugh Pilkington

Chapter 1

1 መቅድመ ፡ ምሳሌ ፡ በስመ ፡ እግዚአብሔር ፡
መሐሪ ፡ ወመስተ ፡ ሣህል ። ርሑቀ ፡ መዓት ፡
ወብዙኃ ፡ ምሕረት ፡ ወጻድቅ ። እጽሕፍ ፡ እንሰ ፡
ምሳልያተ ፡ ሰሎሞን ፡ ወልደ ፡ ዳዊት ፡ በረከቱ ፡
ወሀብተ ፡ ረድኤቱ ፡ የሀሉ ፡ ምስለ ፡ ማርያም ፡
ለዓለመ ፡ ዓለም ፡ አሜን ።

1 The introduction to Proverbs. In the name of God, merciful and clement, far from anger, and abundant in mercy, and righteous; I am writing the Proverbs of Solomon, son of David. May his blessing and the gift of his aid be with Maryam, for ever and ever, Amen.

2 ለአእምሮ ፡ ቃለ ፡ ጥበብ ፡ ወተግሣጽ ፡
ወለአእምሮ ፡ ጥበብ ።

2 For understanding the voice of wisdom and of discipline, and for the understanding of wisdom.

3 ወለተወክፎ ፡ ተመይጦ ፡ ቃል ፡ ወለአእምሮ ፡
ጽድቅ ፡ ዘበአማን ፡ ወለአርትዖ ፡ ፍትሕ ።

3. . . and for accepting the turn of phrase, and for the understanding of justice truly, and for the setting right of judgement.

4 ከመ ፡ የሀቦሙ ፡ ጥበበ ፡ አየዋሃን ፡ ወለሕፃናት ፡
ወለወሬዛ ፡ ተዮወቆ ፡ ወአእምሮ ።

4. . . so that he may give wisdom to the simple and to children, and to youth perception and understanding.

5 ዘንተ ፡ እምከመ ፡ ሰምዐ ፡ ጠቢብ ፡ ጥበበ ፡
ይዌስክ ። ዘሰ ፡ ዘሐዳፌ ፡ ያጠሪ ፡

5 When a wise man hears this, he will increase wisdom; he who acquires governance. . .

6 የአምር ፡ ምሳሌ ፡ ወሥውረ ፡ ነገረ ። ነገረ ፡
ጠቢባን ፡ በቅጽበት ።

6. . . will understand proverbs and hidden word, the word of the wise by a hint.

7 ቀዳሜሃ ፡ ለጥበብ ፡ ፈሪሃ ፡ እግዚአብሔር ።
አእምሮሰ ፡ ሠናይት ፡ ለኵሉ ፡ ዘይገብራ ፤ ፈሪሃ ፡
እግዚአብሔር ፡ ቀዳሜ ፡ ተዐውቆ ። ጥበበ ፡
ወተግሣጸ ፡ ረሲዓን ፡ ይሜንኑ ።

7 The beginning of wisdom is the fear of God; understanding is good for everyone who performs it. The fear of God is the

beginning of perception; evil men despise wisdom and discipline.

8 ስማዕ ፡ ወልድየ ፡ ሕገገ ፡ አቡከ ። ወኢትትሐየይ ፡ ትእዛዘ ፡ እምከ ።

8 Hear, my son, the laws of your father; and do not reject the command of your mother.

9 አክሊለ ፡ ክብር ፡ ትነሥእ ፡ ለርእስከ ። ወባዝግና ፡ ወርቅ ፡ ለክሳድከ ።

9 You will carry a crown of honour for your head, and a circlet of gold for your neck.

10 ወልድየ ፡ ኢያስሕቱከ ፡ ሰብእ ፡ ረሲዓን ። ወኢትፍቅድ ፡ እመ ፡ አስተበቍዑከ ፡ እንዘ ፡ ይብሉ ፡

10 My son, let not wicked men lead you astray; and do not be willing if they solicit you, as they say. . .

11 ነዓ ፡ ምስሌነ ፡ ንሳተፍ ፡ ደመ ። ንድፍን ፡ ውስተ ፡ ምድር ፡ ብእሴ ፡ ጻድቀ ፡ በዓመፃ ።

11 'Come with us, we will share in blood; we will hide with violence the righteous man in the earth.'

12 ነሐጦ ፡ ከመ ፡ ገሃነም ፡ ሕያዎ ፤ ወንሥዐር ፡ ዝክሮ ፡ እምድር ፤

12 'Let us swallow him alive like Gehenna, and root out his memory from the earth'.

13 ወጥሪቶ ፡ ብዙኃ ፡ ናስተጋብእ ። ወንምላእ ፡
አብያቲነ ፡ በርበሮ ።

13 'And we will amass great wealth of his, and fill our houses with his spoil.'

14 ወአንተኒ ፡ ኅበር ፡ ምስሌነ ። ወአሐደ ፡
ቍናማተ ፡ ይኩነነ ፡ ለኵልነ ። ወመስነቅት ፡
አሐቲ ፡ ትኩነነ ።

14 'And you, join with us, and there will be one purse for us all, and one bag for us.'

15 ኢትሖር ፡ ምስሌሆሙ ፡ ፍኖተ ። አግኅሥ ፡
እገሪከ ፡ እምአሰሮሙ ፡

15 Do not go with them on the way; turn aside your feet from their steps.

16 እስመ ፡ ለእከይ ፡ ይረውጻ ፡ እገሪሆሙ ።
ወያፈጥኑ ፡ ለክኢወ ፡ ደም ፡

16 For their feet run to evil, and they hasten to shed blood.

17 እስመ ፡ ለሞት ፡ ይረብቡ ፡ መስገርት ፡
ቅድመ ፡ አእዋፍ ።

17 For to death they spread out the net before birds.

18 እለ ፡ እሙንቱ ፡ ከመዝ ፡ ቀቲለ ፡ ለመዱ ።
ይዘግቡ ፡ ለርእሶሙ ፡ እከየ ፡ ወድቀቶሙኒ ፡
ለሰብእ ፡ ኃጥአን ፡ እከይ ።

18 Those who are thus are accustomed to murder. They store up for themselves evil, and the fall of sinful men is evil.

19 ዝፍናው ፡ ውእቱ ፡ ለኵሎሙ ፡ እለ ፡
ይፌጽሙ ፡ ኃጣውአ ። ትዕግልት ፡ ነፍሶሙ ፡
ተሐጕል ፡

19 These are the ways of all those who commit sins; cupidity destroys their souls.

20 ጥበብ ፡ በፍናዋት ፡ ትትፌሣሕ ።
ወበመራሕብት ፡ ትሁብ ፡ ቃላ ፡

20 Wisdom rejoices in the streets, and in the squares she utters her word.

21 ወበአርእስተ ፡ ጥቅም ፡ ትሰበክ ። ወውስተ ፡
አናቅጸሙ ፡ ለኃያላን ፡ ትትናገር ፡ ወውስተ ፡
አናቅጸ ፡ ሀገር ፡ ጥቡዓ ፡ ትብል ፡

21 And on the tops of the walls she cries, and in the gates of the mighty she converses, and in the gates of the city she boldly proclaims;

22 መጠነ ፡ መዋዕል ፡ የዋሃን ፡ በጽድቅ ፡
ኢይትኃፈሩ ፡ እስከ ፡ ማእዜኑ ፡ ረሲዓን ፡

ታፈቅሩ ፡ ስሕተተ ። ወአብዳን ፡ ፈታውያን ፡
ትፈትው ፡ እኪተ ። ረሲዓን ፡ ከዊነክሙ ፡
ትጸልኡ ፡ አእምሮ ።

22 'How long will simpletons not be ashamed for justice? How long, evil men, will you love error and, you fools, will you desire evil, being infatuated? And how long, being wicked, will you hate understanding?'

23 ለምንት ፡ ትመይጡ ፡ ዘለፋየ ። ናሁ ፡
እነግረክሙ ፡ እስትንፋሰ ፡ ቃልየ ፡ ወእሜህረክሙ ፡
ነገረ ፡ ዚአየ ።

23 'Why do you turn aside my correction? Behold, I tell you the inspiration of my word, and I teach you my utterance.'

24 እስመ ፡ ጸዋዕኩ ፡ ወኢያውሳእክሙኒ ።
ሰፋሕኩ ፡ እደውየ ፡ ወኢያጽማእክሙኒ ።

24 'For I have called and you did not answer me; I have stretched out my hands, and you did not listen to me.'

25 ወምኑነ ፡ ረሰይክሙ ፡ ትእዛዝየ ። ወምክርየኒ ፡
ኢፈቀድክሙ ፡

25 'And you made my command spurned, and did not desire my teaching.'

26 ወአነኒ ፡ እስሕቅ ፡ በሐጕልክሙ ። ወእትፌሣሕ ፡ ሶበ ፡ ይመጽአክሙ ፡ ግብተ ፡ ተሠርዎ ።

26 'And as for me, I will laugh at your ruin, and I will rejoice when destruction comes suddenly upon you.'

27 ወሶበ ፡ ይመጽአክሙ ፡ ዓዲ ፡ ሀከክ ፡ ወጸልእ ፡ ፂዋዌ ፡ ወማስኖ ፡ ምንዳቤ ፡ ዘኢትክሉ ፡ ጸዊሮቶ ፤ አነሂ ፡ ሀሎኩ ፡ ህየ ። ይእተ ፡ አሚረ ።

27 'And when there comes upon you also confusion and strife, captivity and destruction, affliction which you cannot bear; I myself am there that day.'

28 ሶበ ፡ ትጼውዑኒ ፡ ኢይሰምዓክሙ ። የኀሥሡኒ ፡ ኃጥአን ፡ ወኢይረክቡኒ ።

28 'When you call to me, I will not hear you; sinners will search for me, and will not find me.'

29 እስመ ፡ ጸልእዋ ፡ ለጥበብ ። ወለቃለ ፡ እግዚአብሔር ፡ ኢኃረዩ ።

29 'For they hated wisdom, and did not choose the word of God.'

30 ወኢፈቀዱ ፡ ምክረ ፡ ዚአየ ፡ ይነጽሩ ፡ ወያስተራከሱ ፡ ዘዚአየ ፡ ዘለፉ ።

30 'And they did not want to observe my counsel, and they despised my correction.'

31 እንከሰኬ ፡ ይብልዑ ፡ ፍሬ ፡ ምግባሮሙ ፡ ወይጽገቡ ፡ ኅበስተ ፡ ኃጢአቶሙ ።

31 'Therefore let them eat of the fruit of their works, and be filled with the meat of their sins.'

32 እስመ ፡ ኢተመይጦቶሙ ፡ ለደቂቅ ፡ ይቀትሎሙ ። ወሐተታሆሙ ፡ ለረሲዓን ፡ ትእኅዞሙ ።

32 'For their not turning to the children will kill them; and the trial of the wicked will catch them.'

33 ዘሰ ፡ ኪያየ ፡ ይሰምዕ ፡ ይሄሉ ፡ በተስፋ ። ወየዐርፍ ፡ ዘእንበለ ፡ ድንጋፄ ፡ እምእኩይ ።

33 'He who listens to me will continue in hope; and he will rest unafraid of evil.'

Chapter 2

1 ወልድየ ፡ ለእመ ፡ ተወከፍከ ፡ ቃልየ ፡
ወትእዛዘ ፡ ዚአየ ። ኃባእከ ፡ ኀቤከ ።

1 My son, if you have accepted my word, and my command you have hidden within you, . . .

2 ትሰምዕ ፡ እዝንከ ፡ ጥበበ ። ወለልብከ ፡ ትሁባ ፡
አእምሮ ፡ ወትቀርብ ፡ ለተግሣጽ ።

2. . . your ear will hear wisdom, and you will give understanding to your heart, and you will approach correction.

3 እመኒ ፡ ለጥበብ ፡ ጸዋዕካ ። ወለአእምሮ ፡
ኃሠሥካ ፡ ወለለብዎ ፡ በዓቢይ ፡ ቃል ፡

3 If you have called to wisdom, and have sought understanding, and intelligence with a loud voice, . . .

4 ወለእመ ፡ በርበርካ ፡ ከመ ፡ ብሩር ። ወከመ ፡
መድፍን ፡ ፈተንከ ።

4 And if you have searched for it like silver, and have explored it like hidden treasure, . . .

5 አሜሃ ፡ ተአምር ፡ ፈሪሃ ፡ እግዚአብሔር ።
ወጠይቆ ፡ እግዚአብሔር ፡ ትረክብ ።

5. . . then you will understand the fear of God, and perception of God you will find.

6 እስመ ፡ ውእቱ ፡ ይሁብ ፡ ጥበበ ፤
ወእምቅድመ ፡ ገጹ ፡ ለብዎ ፡ ወአእምሮ ፤

6 For it is He who gives wisdom; and before His face are intelligence and understanding.

7 ይዘገብ ፡ ለራትዓን ፡ መድኃኒት ። ወይቀውም ፡
ለፍኖቶሙ ።

7 There is stored up for the righteous salvation; and He (it) stands over their paths.

8 ከመ ፡ ይዕቀብ ፡ ሎሙ ፡ ፍኖተ ፡ ጽድቅ ።
ወፍኖቶሙ ፡ ለእለ ፡ ይፈርህዎ ፡

8 So that He may keep for them the path of righteousness, and the path of them that fear Him.

9 አሚሃ ፡ የአምሩ ፡ ፈቲሐ ፡ በጽድቅ ።
ወያረትዑ ፡ መንኰራኲረ ፡ ሠናያተ ።

9 Then they will understand to judge in righteousness, and they will set right good courses.

10 እስመ ፡ መጽአት ፡ ጥበብ ፡ ውስተ ፡
ሕሊናሆሙ ። ወአእምሮ ፡ ለነፍሰ ፡ ዚአሆሙ ፡
ሠናየ ፡ ኮነታ ።

10 For wisdom has come into their mind, and understanding has become good to their soul.

11 በምክር ፡ ሠናይ ፡ ተዐቅቦሙ ፡ ወበሕሊና ፡
ጽድቅ ፡ ትከድኖሙ ፡

11 With good counsel she will keep them, and with forethought righteousness will deliver them. (OR: and with righteous forethought she…).

12 ከመ ፡ ታድኅኖሙ ፡ እምፍኖት ፡ እኪት ።
ወእምብእሲ ፡ ዘጠዋየ ፡ ይነብብ ።

12 That she may deliver them from the evil path, and from the man who speaks crookedly.

13 ወይ ፡ ሎሙ ፡ ለእለ ፡ የኃድጉ ፡ ፈናወ ፡
ርቱዐተ ፡ ከመ ፡ ይሖሩ ፡ ፍናወ ፡ ጽልመት ፡

13 Woe to those who leave right paths, that they may walk in the ways of darkness.

14 እለሰ ፡ ይትፌሥሑ ፡ በእኪት ። ወእለ ፡
ይትኃሠዩ ፡ ዓዲ ፡ በሚጦተ ፡ እኪት ።

14 Who rejoice in evil, and who are also glad at a turn of evil.

15 ይከውን ፡ ፍናዊሆሙ ፡ መብእስ ፡ ወደጋን ፡
በመንኰራኵሮሙ ።

15 Their paths are crooked, and tortuous in their courses.

16 ከመ ፡ ያርኅቁከ ፡ እምፍኖተ ፡ ርትዕ ። ወነኪረ ፡
እምአእምሮ ፡ ጽድቅ ፡

16 That they may put you far from the road of honesty, and (make you) a stranger to the understanding of justice.

17 ወልድየ ፡ ዕቀብ ፡ ቃልየ ። ከመ ፡ ይባልሕከ ፡
እምብእሲት ፡ እኪት ፡ ወነኪርት ። እንተ ፡ ቃላ ፡
ትምይንት ። ዘኃደገት ፡ ምታ ፡ ዘንእሳ ።
ወሥርዓተ ፡ እግዚአብሔር ፡ እንተ ፡ ረስዓት ።

17 My son, keep my word, that it may deliver you from the strange and evil woman, whose word is a fraud, who has deserted the husband of her youth, and has forgotten the covenant of God.

18 እስመ ፡ ግበ ፡ ሞት ፡ ቤታ ፤ ወኀበ ፡ ኃያላን ፡
አርትዓት ፡ መንኰሬኵራ ።

18 For her house is near death, and to the mighty she has directed her courses.

19 ኵሎሙ ፡ እለ ፡ የሐውሩ ፡ ባቲ ፡
ኢይትመየጡ ። ወኢይረክቡ ፡ ፈናዎ ፡ ሕይወት ።
ወኢየሐውሩ ፡ ፍኖተ ፡ ርትዕተ ፡

19 All those who go in to her do not return, and they do not find the paths of life, and do not walk on a straight path.

20 ሶበሰ ፡ የሐውሩ ፡ ፍናወ ፡ ሠናያተ ።
እምረከቡ ፡ ፍናወ ፡ ጽድቅ ፡ ልሙጻተ ።

20 If they walk on good paths, they will find paths of justice which are smooth.

21 ኄራን ፡ ሰብእ ፡ ይነብሩ ፡ ውስተ ፡ ምድር ።
ወየዋሃንሰ ፡ ይተርፉ ፡ ውስቴታ ።

21 Honest men will dwell in the earth, and the meek will remain in it.

22 ፍናወ ፡ ሬሲዓንሰ ፡ እምድር ፡ ይሴረዋ ፡
ወዓማፅያን ፡ ይሰደዱ ፡ እምውስቴታ ።

22 The paths of the wicked will be rooted out of the earth, and violent men will be hounded out of it.

Chapter 3

1 ወልድየ ፡ ሕገ ፡ ዚአየ ፡ ኢትርሳዕ ። ወቃላትየ ፡
ይዕቀብ ፡ ልብከ ።

1 My son, do not forget my law; and let your heart keep my words.

2 ኑኃ ፡ መዋዕል ፡ ወዓመተ ፡ ሕይወት ። ወሰላመ ፡
ትረክብ ።

2 Length of days and years of life and peace you will find.

3 ምጽዋተ ፡ ወሃይማኖተ ፡ ኢታርኅቅ ። ዕንቆ ፡
በክሳድከ ፡ ወጸሐፎ ፡ በጽሌ ፡ ልብከ ፡ ከመ ፡
ትርከብ ፡ ሞገሰ ።

3 Mercies and faith put not far away; bind it upon your neck and write it on the tablet of your heart, so that you may find grace.

4 ሐሊ ፡ ሠናየ ፡ ቅድመ ፡ እግዚአብሔር ፡
ወሰብእ ።

4 Intend good before God and men.

5 ሀሉ ፡ በእግዚአብሔር ፡ ተወኪለከ ፡ በኵሉ ፡
ልብከ ። ወበጥበብከ ፡ ኢትትአመን ።

5 Let your confidence be in God with all your heart, and do not trust in your own wisdom.

6 ወበኵሉ ፡ ፍናዌከ ፡ አእምሮ ፡ አእምር ። ከመ ፡
ይርታዕ ፡ ፍናዊከ ።

6 And in all your ways know indeed, that your ways may be straight. (OR And in all your ways recognise understanding…)

7 ኢትኩን ፡ ጠቢበ ፡ በርእስከ ፤ ፍርሆ ፡
ለእግዚአብሔር ፡ ወተገኃሥ ፡ እምኵሉ ፡ እኩይ ።

7 Be not wise in your own eyes; fear God, and turn aside from all evil.

8 ሶበ ፡ ይከውነከ ፡ ፈውሰ ፡ ለሥጋከ ። ወሥራየ ፡
ለአዕጽምቲከ ።

8 Then it will be to you healing to your body, and medicine to your bones.

9 እክብሮ ፡ ለእግዚአብሔር ፡ እንዘ ፡ በጽድቅ ፡
ጥሪትከ ። ወአብእ ፡ ሎቱ ፡ ቀዳሜ ፡ ማረርከ ።

9 Honour God (from what) is rightly your possession; and bring to Him the first fruits of your harvest.

10 ከመ ፡ ይስፍኑ ፡ መዛግብቲከ ፡ ብዙኀ ፡
ሥርናየ ፡ ወወይነ ፡ ምክያዳቲከ ፡ ይምላእ ፤

10 That your stores may abound in plenteous corn, and your wine-presses may be full of wine.

11 ወልድየ ፡ ኢትትአንተል ፡ ተግሣጸ ፡
እግዚአብሔር ። ወኢትድኅም ፡ በተዛልፎቱ ።

11 My son, do not tire of God's correction, and do not weary of his chastisement.

12 እስመ ፡ ዘያፈቅር ፡ እግዚአብሔር ፡ ይጌሥጽ ፡
ወይቀስፍ ። ወከመ ፡ አብ ፡ ውሉዶ ፡ ይሠምር ።

12 For whom He loves God corrects and chastises; and like a father his sons he pleases.

13 ብፁዕ ፡ ብእሲ ፡ ዘይረክባ ፡ ለጥበብ ፡
ኢመዋቲ ፡ ዘአእምረ ፡ ሐጊጊከ ።

13 Blessed is the man who finds wisdom; the immortal who understands perception.

14 ይኄይስ ፡ ኪያሃ ፡ ተገብሮ ፡ እምተገብሮ ፡
ወርቅ ፡ ወብሩር ።

14 It is better to acquire her than to acquire gold and silver.

15 ክብርት ፡ ይእቲ ፡ እምዕንቍ ፡ ዘብዙኅ ፡
ሤጡ ። ኢይትቃወማ ፡ ምንትኒ ፡ እኩይ ።
ሠናይት ፡ ሀገሪት ፡ ይእቲ ፡ ለኵሎሙ ፡ እለ ፡
ይቀርብዋ ። ወኵለ ፡ መፍቅድከ ፡ አኮ ፡ መጠና ።

15 She is more valuable than a stone of great price. Nothing evil can stand up to her. She is a good citizen to all who

approach her; and all that you desire is not her equal.

16 ኑኃ ፡ መዋዕል ፡ ወዓመተ ፡ ሕይወት ፡ ውስተ ፡ የመና ። ወውስተ ፡ ጸጋማ ፡ ብዕል ፡ ወክብር ፡ እምአፉሃ ፡ ይወፅእ ፡ ጽድቅ ። ሕገ ፡ ወምጽዋተ ፡ ትለብስ ፡ በልሳና ።

16 Length of days and years of life are in her right hand, and in her left hand are riches and honour. From her mouth comes out righteousness; law and alms she is clothed with on her tongue.

17 ፍናዊሃ ፡ ፍናወ ፡ ሠናይት ። ወኵሉ ፡ አሰራ ፡ በሰላም ።

17 Her paths are paths of good; and all her steps are in peace.

18 ዕፀ ፡ ሕይወት ፡ ይእቲ ፡ ለኵሎሙ ፡ ለእለ ፡ ይትመረጐዝዋ ። ወእለ ፡ ይእኀዝዋ ፡ ብፁዓን ።

18 She is a tree of life to all those who lean upon her; and those who grasp her are blessed.

19 እግዚአብሔር ፡ በጥበብ ፡ ሣረራ ፡ ለምድር ። ወአስተዳለወ ፡ ሰማያተ ፡ በአእምሮ ።

19 God in wisdom founded the earth, and prepared the heavens in understanding.

20 በተዐውቆ ፡ ቀላያት ፡ ነቅዑ ። ወደመናትኒ ።
ውኅዙ ፡ ጠላተ ፡

20 By His perception the depths burst open, and the clouds poured forth dews.

21 ወልድየ ፡ ኢትትኃየይ ፡ ምክርየ ። ወሕሊናየ ፡
ዕቀብ ። ፡

21 My son, do not neglect my teaching; and keep my forethought.

22 ከመ ፡ ትሕየው ፡ ነፍስከ ። ሞገሰ ፡ ይክውነከ ፡
ውስተ ፡ ክሳድከ ። ወይከውነከ ፡ ፈውሰ ፡
ለሥጋከ ። ወሥራየ ፡ ለአዕፅምተ ፡ ዚአከ ።

22 In order that your soul may live; it will be grace upon your neck, to you, and it will be healing to you for your flesh, and medicine to your bones.

23 አሜሃ ፡ ተሐውር ፡ ጥቡዐ ፡ በተአምኖ ።
በኵሉ ፡ ፍናዊከ ። ወአገሪከ ፡ ኢይትዓቀፉ ።

23 Then you will walk boldly in confidence in all your paths; and your feet will not stumble.

24 እመሂ ፡ ትነብር ፡ ኢትፈርህ ። ወእመሃ ፡
ሰከብከ ፡ ኃዋዘ ፡ ትነውም ።

24 If you rest, you will not be afraid; and if you have lain down, you will sleep sweetly.

25 ኢትፈርህ ፡ ሀከከ ፡ ዘመጽአ ፡ ላዕለ ፡ ሀገር ።
ወመራደ ፡ ረሲዓን ፡ ዘይመጽእ ።

25 You will not be afraid of commotion which has come upon a city, nor of the incursion of the wicked which comes.

26 እስመ ፡ እግዚአብሔር ፡ ይሄሉ ፡ ውስተ ፡
ፍናዊከ ፡ ወያቀውሞን ፡ ለእገሪከ ፡ ከመ ፡
ኢያንቀልቅለ ።

26 For God will be in your paths, and he will set firm your feet, so that they do not stumble.

27 ወኢትትሃከይ ፡ ገቢረ ፡ ሠናይ ፡ ለፅኑስ ።
መጠነቦ ፡ ውስተ ፡ እዴከ ፡ ርድእ ።

27 And do not be sluggish in doing good to the needy; as long as it lies within your power, help him.

28 ወኢትበሎ ፡ ሖር ፡ ወግባእ ፡ ጌሠመ ፡
እኁበከ ። እንዘ ፡ ትብል ፡ ገቢረ ፡ ሠናይ ።
እስመ ፡ ኢተአምር ፡ ዘትወልድ ፡ ሳኒታ ።

28 And do not say to him, 'Go away and come back; tomorrow I will give to you!', when you are able to do good; for you do not know what the morrow will bring forth.

29 ኢተሐሊ ፡ ላዕለ ፡ ዐርክከ ፡ እኩየ ፤ ዘየሐድር ፡
ወይትዌከል ፡ ብከ ።

29 Do not plot evil against your friend, who dwells and trusts in you.

30 ወኢትፍቅድ ፡ ተጻልኦ ፡ ምስለ ፡ ሰብእ ፡
በከንቱ ። እመ ፡ አልቦ ፡ ዘይገብር ፡ ብከ ፡ እኩየ ።

30 And do not desire strife with men in vain, if there is no evil that he has done against you.

31 ወኢታጥሪ ፡ ዝንጓጌ ፡ እምኀበ ፡ ሰብእ ፡
እኩያን ። ወኢትቅናእ ፡ ለፍናዊሆሙ ። ከመ ፡
ትኩን ፡ ምስሌሆሙ ።

31 And do not acquire reproach from evil men; and do not be envious of their ways, that you may be with them.

31a እስመ ፡ ኢይነውሙ ፡ እመ ፡ ኢገብሩ ፡
እኩየ ። ኢይነውሙ ፡ ሶበ ፡ ኢደወዩ ። ተመሥጠ ፡
ንዋም ፡ እምአዕይንቲሆሙ ።

31a For they do not sleep if they have done no evil; they do not sleep when they have not caused affliction; sleep is snatched from their eyes.

32 እስመ ፡ ርኩስ ፡ ውእቱ ፡ በቅድመ ፡
እግዚአብሔር ፡ ኵሉ ፡ ኃጥእ ። ወምስለ ፡
ጻድቃን ፡ ኢይትሀበር ።

32 For every sinner is impure before God; and he does not associate with the righteous.

33 መርገመ ፡ እግዚአብሔር ፡ ውስተ ፡ አብያተ ፡
ረሲዓን ። ወውስተ ፡ አዕፃዳተ ፡ ጻድቃን ፡ በረከተ ፡
እግዚአብሔር ።

33 The curse of God is in the houses of the wicked; and in the courts of the righteous is God's blessing.

34 ለዕቡያንሰ ፡ ይትቃወሞሙ ፡ ንዴት ።
ወለትሑታን ፡ ይሁቦሙ ፡ ክብረ ።

34 Against the proud there rises up poverty; but to the humble He gives honour.

35 ክብረ ፡ ይወርሱ ፡ ጠቢባን ፡ ወረሲዓንሰ ፡
አዕበዩ ፡ ኃሣረ ።

35 The wise inherit honour; but the wicked magnify shame.

Chapter 4

1 ሰምዑ ፡ ውሉድ ፡ ተግሣጸ ፡ አብ ። ወአጽምኡ ፡
አእምሮ ፡ ሐሊና ፤

1 Hear, children, the correction of a father, and give heed to understand forethought.

2 እስመ ፡ ሠናየ ፡ ጸጋ ፡ እጼግወክሙ ፡ ሕገ ፡
ዚአየ ፡ ኢትሕድጉ ።

2 For I grant to you a good gift; do not forsake my law.

3 እስመ ፡ ውሉደ ፡ ኮንኩ ፡ አነሂ ፡ ሰማዒ ፡
ለአቡየ ፤ ወእትፈቀር ፡ በገጸ ፡ እምየ ፡

3 For I too was a son obedient to my father, and I am loved in my mother's sight.

4 ወእንዘ ፡ ይብሉ ፡ ይሜህሩኒ ፤ ይባእ ፡ ውስተ ፡
ልብከ ፡ ቃለ ፡ ዚአነ ።

4 And when they speak they teach me, 'Let our word come into your heart.'

5 ዕቀብ ፡ ትእዛዛቲነ ፡ ወኢትርሣዕ ። ወኢትትሀየይ ፡
ንባበ ፡ አፉየ ፡ ወትሐየው ።

5 Keep our commands and do not forget; and do not spurn the utterance of my mouth, and you will live.'

6 አጥሪ ፡ አእምሮ ፡ ወትትዌከፈከ ፡ አፍቅራ ፡
ወተዐቅበከ ።

6 Acquire understanding, and she will welcome you; love her and she will keep you.

7 [*missing*]

8 ኡዳ ፡ ወታሌዕሌከ ። አክራ ፡ ወተሐቅፈከ ፡

8 Embrace her and she will exalt you; honour her and she will embrace you.

9 ከመ ፡ ትሁበከ ፡ ለርእስከ ፡ አክሊለ ፡ ሞገስ ።
ወበአክሊለ ፡ ተድላ ፡ ተዐቅብከ ።

9 That she may give you a crown of grace for your head, and guard you with a precious crown.

10 ስማዕ ፡ ወልድየ ፡ ወተወከፍ ፡ ንባበ ፡ ዚአየ ።
ከመ ፡ ይብዝኃ ፡ ዐመታተ ፡ ሕይወትከ ።

10 Listen, my son, and receive my speech, that the years of your life may be many.

11 እስመ ፡ ፍኖተ ፡ ጥበብ ፡ እሜህረከ ።
ወአጸንዐከ ፡ ውስተ ፡ መንኰራኵረ ፡ ርትዕ ።

11 For I teach to you the path of wisdom, and set you firm on courses of right.

12 እመሂ ፡ ተሐውር ፡ ኢይትዐፀው ፡ አሰርከ ።
እመሂ ፡ ሮጽከ ፡ ኢትደክም ።

12 If you walk your step will not be hampered; and if you run you will not tire.

13 ተወከፍ ፡ ተግሣጸ ፡ ዚአየ ። ወኢትኅድግ ።
ዕቀባ ፡ ለርእስከ ፡ እስመ ፡ ይእቲ ፡ ሕይወትከ ።

13 Accept my correction and do not abandon it; keep it for yourself, for it is your life.

14 ፍኖተ ፡ ረሲዓን ፡ ኢትኪድ ፡
ወኢታስተብፅዖሙ ፡ ለረሲዓን ፡ እለ ፡ የሐውሩ ፡
ፈኖተ ፡ እከይ ።

14 Do not tread the path of the wicked; and do not consider happy the wicked who walk in evil ways.

15 ወመካነ ፡ እንተ ፡ ግዕዙ ፡ ኢትምጻእ ፡ ህየ ።
ተገኃሥ ፡ እምኔሆሙ ፡ ወተመየጥ ።

15 And a place where men are at strife – do not go there; avoid them and turn aside.

16 እስመ ፡ ኢይነውሙ ፡ እመ ፡ ኢገብሩ ፡ እኩየ ፡
ተመስጠ ፡ ንዋም ፡ እምኔሆሙ ፡ ወኢይነውሙ ፡
እመ ፡ ኢዳወዩ ።

16 For they do not sleep unless they have done evil. Sleep is removed from them, and they do not sleep if they have not caused affliction.

17 እለ ፡ ይሴሳዩ ፡ ኅብስተ ፡ ኃጢአት ። ወበወይነ ፡
ዐመፃ ፡ ይሰክሩ ።

17 Who provide for food the bread of sin, and are drunk with the wine of lawlessness.

18 ፍኖተ ፡ ጻድቃንሰ ፡ ከመ ፡ ብርሃን ፡ ይበርህ ።
የሐውሩ ፡ ወያበርሁ ። እስከ ፡ ትረትዕ ፡ ዕለት ።

18 The way of the righteous shines as the light; they go on and give light, until day is established.

19 ፍኖተ ፡ ረሲዓንሰ ፡ ጽልመት ፡ ውእቱ ።
ወኢያእምሩ ፡ እፎ ፡ ይትዐቀፉ ።

19 She path of the wicked is darkness; and they do not know how they stumble.

20 ወልድየ ፡ ንባበ ፡ ዚአየ ፡ ነጽር ። ወቃለ ፡
ዚአየ ፡ ያጽምእ ፡ እዝንከ ።

20 My son, observe my speech, and let your ear heed my word.

21 ወኢይሕር ፡ እምቅድመ ፡ አዕይንቲከ ። ዕቀቦን ፡
ውስተ ፡ ልብከ ።

21 And let it not go from before your eyes; keep them in your heart.

22 እስመ ፡ ሕይወት ፡ እሙንቱ ፡ ለእለ ፡
ይረክብዎን ። ወለኵሉ ፡ ዘሥጋ ፡ ፈውስ ።

22 For they are life to those who find them, and healing to all that is flesh.

23 በኵሉ ፡ ተዐቅቦ ፡ ዕቀብ ፡ ልበከ ። እስመ ፡ ውእቱ ፡ ነቅዐ ፡ ሕይወት ።

23 Guard your heart with all vigilance; for it is the spring of life.

24 አርሕቅ ፡ እምኔከ ፡ አፉ ፡ እከይ ። ወከናፍረ ፡ ዐመፃ ፡ አንሕ ፡ አርኅቆ ፡ እምኔከ ።

24 Put far from yourself a mouth of evil, and unjust lips – put them far from yourself.

25 አዕይንቲከ ፡ ርቱዐ ፡ ይርአያ ። ወቀራንብቲከ ፡ ይቅጽባ ፡ ጽድቀ ።

25 Let your eyes see straight; and let your eyelids nod to justice.

26 ርቱዐ ፡ መንኰራኵረ ፡ ግበር ፡ ለእገሪከ ፡ ወፍናዊከ ፡ አርትዕ ።

26 Make straight courses for your feet; and set aright your paths.

27 ኢትትገኃሥ ፡ ኢየማን ፡ ወኢፀጋመ ፤ አግኅሥ ፡ እገሪከ ፡ እምፍኖት ፡ እኪት ።

27 Do not swerve to right or left; turn your feet aside from the evil path.

27a እስመ ፡ ፍናወ ፡ ዘየማን ፡ ያፍቅር ፡
እግዚአብሔር ፡ ወጠዋያት ፡ እማንቱ ፡ እለ ፡
እምጸጋም ።

27a For God loves right ways; and crooked are those on the left.

27b ወውእቱ ፡ ርቱዐ ፡ ይገብር ፡ መንኰራኵረከ ።
ወሑረተከ ፡ በሰላም ፡ ያሤኒ ።

27b And He Himself will set your courses right, and He will promote your going in peace.

Chapter 5

1 ወልድየ ፡ ጥበበ ፡ ዚአየ ፡ ነጽር ። ወንባበ ፡
ዚአየ ፡ ያጽምእ ፡ እእዛኒከ ።

1 My son, observe my wisdom; and let your ears listen to my speech.

2 ከመ ፡ ትርከብ ፡ ሕሊናየ ፡ ሠናይ ። ወአእምሮ ፡
እምከናፍርየ ፡ ዘእኤዝዘከ ።

2 So that you may find my good intention, and understand from my lips what I command you.

3 ኢትነጽር ፡ ብእሲተ ፡ እኪተ ፡ እስመ ፡ መዐር ፡
ይውኅዝ ፡ እምከናፍረ ፡ ብእሲት ፡ ዘማ ። እንተ ፡
ለጊዜሁ ፡ ታመዐርዕሮ ፡ ለጕርዔከ ።

3 Do not observe an evil woman; for honey drips from the lips of a whorish woman, who at the time gives sweetness to your throat...

4 ወእምድኅሬሁ ፡ ዘይመርር ፡ እምሐሞት ፡
ትረክብ ። ወዓጺ ፡ ስሑል ፡ ፈድፋደ ፡
እመጥባሕት ፡ ዘክልኤ ፡ አፉሁ ።

4. . . and which afterward you will find more bitter than bile, and also exceedingly sharper than a two-edged sword.

5 ወእእጋሪሃ ፡ ያወርዱ ፡ ውስተ ፡ ሞት ።
ወሑራታ ፡ ውስተ ፡ ሲኦል ፡ ያበውእ ። ወአሳራ ፡
ኢይትሐወስ ፡ እመካነ ፡ ኃጢአት ።

5 And her feet lead down to death, and her going brings down to Sheol; and her foot is not moved from the place of sin.

6 ወውስተ ፡ ፍናወ ፡ ሕይወት ፡ ኢይቀርብ ።
ወእቡስ ፡ መንኰራኵራ ። ወአኮ ፡ ዘይትአመር ።

6 And it does not come near to the paths of life; and her courses are wrong, and not such as are known.

7 ይእዜኒ ፡ ወልድየ ፡ ስምዐኒ ። ወምኑነ ፡
ኢትረሲ ፡ ንባበ ፡ ዚአየ ።

7 Now, my son, hear me; and do not make my utterance despised.

8 ርኁቀ ፡ ረሲ ፡ እምኔሃ ፡ ፍኖተከ ። ኢትቅረብ ፡
ኀበ ፡ ኆኀተ ፡ ቤታ ።

8 Make far from her your path; do not go near the door of her house.

9 ከመ ፡ ኢትወስክ ፡ ለባዕድ ፡ ሕይወተከ ።
ወዐመታቲከ ፡ ለእለ ፡ ዘእንበለ ፡ ምሕረትከ ።

9 That you may not add your life to another man, and your years to those who are without your mercy.

10 ኢይጽገቡ ፡ ኪራን ፡ ኀይለከ ። ጸማ ፡ ዚአከ ፡
ቤተ ፡ ባዕድ ፡ ኢይባእ ።

10 Let the good not be sated with your strength, and let not your labour come to another's house.

11 ወድኅረ ፡ ትኔሰ ፡ አመ ፡ ደኅመ ፡ ሥጋ ፡
ነፍስትከ ።

11 And afterwards you will repent, when the flesh of your being is worn out.

12 ወትብል ፡ እፎ ፡ ጸላእኩ ፡ ትምህርተ ፡ አመ ፡
ንእስየ ። ወእምተግሣጽ ፡ ተግኅሠ ፡ ልብየ ።

12 And you will say 'How I hated training in my youth, and how my heart turned aside from correction.'

13 ወኢሰማዕኩ ፡ ቃለ ፡ ዘገሠፁኒ ፡ ወመሀሩኒ ።
ወኢያጽማዕኩ ፡ በእዝንየ ።

13 'And I did not hear the voice of them that corrected me and instructed me; and I did not heed with my ear.'

14 እንበለ ፡ ንስቲት ፡ ኮንኩ ፡ ውስተ ፡ ኵሉ ፡
እኩይ ። ማእከለ ፡ ማኅበር ፡ ወእንግልጋ ።

14 'I was within an ace of being in all evil, within the assembly and the congregation.'

15 ሰተይ ፡ ማየ ፡ እምቅሡ፡ትከ ። ወእምነቅዐ ፡ ዐዘቃቲከ ።

> 15 Drink water from your pots, and from the source of your cisterns.

16 ወየሐዝ ፡ ማያት ፡ እምዐዘቅትከ ፡ ውስተ ፡ መራሕብቲከ ፡ ይሖር ፡ ማይከ ።

> 16 And are waters to flow from your cistern, and your water come into your courts?

17 ወይኩንከ ፡ ለከ ፡ ለባሕቲትከ ፡ ዚአከ ። ወአልቦ ፡ ነኪር ፡ ዘይነሥአከ ።

> 17 And let it be for you alone; and let there be no stranger who will take you off.

18 ዐዘቅተ ፡ ማይከ ፡ ቡርክት ፡ ትከውነከ ፡ ለከ ። ወተፈሣሕ ፡ ምስለ ፡ ብእሲተ ፡ ንዕስከ ።

> 18 Let the cistern of your water be blessed to you; and rejoice in the wife of your youth.

19 ኃያላት ፡ እለ ፡ ይትፋቀሩ ። ወዕዋላት ። ሞጋስ ፡ ፍቅራ ፡ ያረውየከ ፡ በኵሉ ፡ ጊዜ ። ወበዛቲ ፡ ፍቅር ፡ እንዘ ፡ ትትናገር ፡ ብዙኃ ፡ ትከውን ።

> 19 Hinds which are loved, and foals, grace; may her love refresh you at all time; and in this love which you converse with you will become many.

20 ኵልክሙ ፡ ኢተሐልው ፡ ኀበ ፡ ነኪርት ።
ለመንትኒ ፡ ትትራከብ ፡ ምስለ ፡ ነኪርት ።
ወተሐቅፍ ፡ ሐቋ ፡ ነኪርት ።

20 All of you, do not be with a strange woman. Why are you found with a strange woman, and why embrace the bosom of a strange woman?

21 እስመ ፡ ቅድመ ፡ አዕይንቲሁ ፡
ለእግዚአብሔር ፡ ውእቱ ፡ ፍናወ ፡ ብእሲ ።
ወውስተ ፡ ኵሉ ፡ መካን ፡ መንኰራኵሪሁ ፡
ያስተሐይጽ ።

21 For before the eyes of God are a man's paths; and in every place his courses he oversees.

22 ኀብለ ፡ ኃጢአት ፡ ብእሴ ፡ ያሠግር ። በሕስለ ፡
ኃጢአት ፡ ኵሉ ፡ ይትዐሠር ።

22 The snare of sin entraps a man; by the shackle of sin every man is bound.

23 ዝንቱ ፡ ይመውት ፡ ምስለ ፡ እብዳን ።
እምብዙኃ ፡ ዕበዱ ፡ ተገድፈ ።

23 This one dies with fools; through the greatness of his folly he has been cast out.

Chapter 6

1 ውልድየ ፡ እመ ፡ ተኀበይከ ፡ ለዓርክከ ።
ትሰፍሕ ፡ እዴከ ፡ ለባዕድ ።

1 My son, if you have stood surety for your friend, you will extend your hand to an enemy.

2 ተሠገርከ ፡ በቃለ ፡ አፉከ ። ወተእኀዝከ ፡ በነገረ ፡
ከናፍሪከ ።

2 You will have been trapped by the words of your own mouth, and caught by the speech of your own lips.

3 ገበር ፡ ወልድየ ፡ ዘአነ ፡ እኤዝዘከ ፡ ከመ ፡
ትንበር ፡ ኄረ ። እስመ ፡ መጻእከ ፡ ውስተ ፡
እደው ፡ እኩያን ። በእንተ ፡ ዐርክከ ፡
ኢትትሀከይ ። ወወሀኮ ፡ ለዐርክከ ፡ ዘተሀበየከ ።

3 My son, do what I command you, that you may remain well; for you have come into evil hands on your friend's behalf. Do not be indolent, and provoke your friend for whom you have stood surety.

4 ወኢተሀብ ፡ ንዋመ ፡ ለአዕይንቲከ ።
ወኢድቃጸሰ ፡ ለቀራንብቲከ ።

4 And give no sleep to your eyes, nor slumber to your eyelids.

5 ከመ ፡ ትድኃን ፡ እመሥገርት ፡ ከመ ፡
ወይጠል ። ወከመ ፡ ዖፍ ፡ እምጸንፈርት ።

5 That you may escape from the trap like a hind, and like a bird from the net.

6 ወልድየ ፡ ተመየጥ ፡ ኀበ ፡ ቃሕም ፡ ወኢትኩን ፡
ሀካየ ፡ ወቅናእ ፡ ርእየከ ፡ ፍናዊሁ ። ወኩን ፡
ጠቢበ ፡ እምኔሁ ።

6 My son, turn to the ant, and do not be slothful; envy him on seeing his ways, and be even wiser than him.

7 ወውእቱ ፡ እንዘ ፡ ወፍረ ፡ አልቦ ፡ ወዘሂ ፡
ያጌብሮ ፡ አልቦ ።

7 For he, being without a field, and without anyone to make his work...

8 ወያስተዳሉ ፡ በሐጋይ ፡ ሲሳዮ ። ብዙኃ ፡ አመ ፡
ማእረር ፡ ይትጌበር ።

8 And he prepares his food in summer; he gains much at harvest.

8a አው ፡ ሖር ፡ ኀበ ፡ ንህብ ። ወአእምር ፡ ከመ ፡
መስተገብርት ፡ ይእቲ ። ወትግብርታ ፡ ከመ ፡
ሠናየ ፡ ትገብር ፡

8a Or go to the bee, and understand that she is industrious, and that she performs her work as something honest.

8b እንተ ፡ ጻማሃ ። ጠቢባን ፡ ወአብዳን ፡ ይነሥኡ ፡ ለሕይወት ። ወእንተ ፡ ትትፈቀድ ፡ ይእቲ ፡ በኀበ ፡ ኵሉ ፡ ክብርት ፡ ይእቲ ።

8b Her labour wise men and fools take for health, and she is desired of all (and) is honoured.

8c ወበኃይላ ፡ ፅብስት ። ጥበብ ፡ አክቢራ ፡ አስተርአየት ፡ በእማንቱ ፡ ግብራት ፡ ድኩማት ።

8c And although being weak in her physique, by her honouring of wisdom she is (highly) regarded, on account of those delicate works.

9 እስከ ፡ ማእዜኑ ፡ ሃካይ ፡ ትሰክብ ። ወማእዜኑ ፡ ወእምንዋም ፡ ትነቅህ ።

9 How long, sluggard, will you lie down? And when will you awake from slumber?

10 ሕቀ ፡ ትነውም ። ወሕቀ ፡ ትነብር ፡ ወሕቀ ፡ ትነቅህ ፡ ወሕቀ ፡ ታስተጋብእ ፡ እዴከ ፡ ዲበ ፡ ሕፅንከ ።

10 You will sleep a little, and you will rest a little, and you will wake a little, and fold a little your hands upon your breast. . .

11 ወእምዝ ፡ ይመጽአከ ፡ ንዴት ፡ ከመ ፡ እኩይ ፡ ሐዋርያ ። ወተፅናስ ፡ ከመ ፡ ኄር ፡ ረዋጺ ።

11. . . and then poverty will come upon you like a bad traveller, and need like a good runner.

11a እመሰ ፡ ኢኮንከ ፡ ሀካየ ። ይመጽእ ፡ ከመ ፡ ነቅዕ ፡ ማእረርከ ። ወንዴትከ ፡ ከመ ፡ ኄር ፡ ረዋጺ ። ለሊሁ ፡ ይርሕቅ ።

11a But if you are not lazy, your harvest will come like a spring, and your poverty, like a good runner, itself will go far away.

12 ብእሲ ፡ አብድ ፡ ወዐማፂ ፡ የሐውር ፡ ዘኢኮነ ፡ ኄራተ ።

12 A foolish and lawless man walks (paths) which are not good.

13 የቀጽብ ፡ በዐይን ፡ ወይጠቅስ ፡ በእግር ፡ ወይኤምር ፡ በቅጽበተ ፡ አዕይንት ።

13 He winks by eye and makes signs with the foot, and informs by wink of eye.

14 ወዕልው ፡ በልቡ ፡ ወይሔሊ ፡ እኩየ ፡ በኵሉ ፡ ጊዜ ። ዘከመዝሰ ፡ ብእሲ ፡ ሃከከ ፡ ያመጽእ ፡ ለሀገር ።

14 And he is perverse at heart, and plots evil at all times, a man such as this brings confusion to a city.

15 በእንቲአሁ ፡ ግብተ ፡ ይመጽእ ፡ ሐጕል ። ዝብጠት ፡ ወቅጥቃጤ ፡ ዘኢየሐዩ ።

15 Because of him ruin comes suddenly, disaster and catastrophe that will not revive.

16 እስመ ፡ ይትፌሣሕ ፡ በኵሉ ፡ ዘይጸልዕ ፡ እግዚአብሔር ፡ ወይትቀጠቀጥ ፡ በእንተ ፡ ርኵሰ ፡ ነፍሱ ፡

16 For he delights in everything that God hates; and he is destroyed by the uncleanness of his soul.

16a ናሁ ፡ ስሱ ። ዘይጸልእ ፡ እግዚአብሔር ። ወሳብዖሙሰ ፡ ሰቈራረ ፡ ነፍሱ ።

16a Behold, there are six things which God hates; and seven which are an abomination to Him.

17 ዓይነ ፡ ጸዓሌ ፡ ወልሳነ ፡ ዓማፂ ። ወእደ ፡ ዘይክዑ ፡ ደመ ፡ ጻድቅ ፤

17 An insolent eye, and a lawless tongue, and a hand which sheds the blood of the righteous man.

18 ወልበ ፡ እንተ ፡ ትወልድ ፡ ሕሊና ፡ እኩየ ።
ወእእጋረ ፡ እለ ፡ ይትወላወላ ፡ ለገቢረ ፡ እከይ ።

18 And a heart which brings to birth evil intention, and feet which hasten to do evil.

19 አንዳዴ ፡ ሐሳዊያን ። ሐሳዌ ፡ ስምዕ ። ዘይፌኑ ፡
ጋእዘ ፡ መእከለ ፡ አኃው ።

19 A false witness kindles (lies) who sends enmity between brothers.

20 ወልድየ ፡ ዕቀብ ፡ ሕገገ ፡ አቡከ ፡
ወኢትትሐየይ ፡ ትእዛዘ ፡ እምከ ።

20 My son, keep the laws of your father, and do not spurn your mother's command.

21 ደዮ ፡ ውስተ ፡ ልብከ ፡ በኵሉ ፡ ጊዜ ።
ወጠብለሎ ፡ ውስተ ፡ ክሳድከ ።

21 Bind it on your heart at all times, and wrap it around your neck.

22 ሶበሂ ፡ ተሐውር ፡ ነሥአ ፡ ምስሌከ ፡ የሀሉ ።
ወሶበሂ ፡ ትነውም ፡ የዐቅበከ ፡ ወሶበሂ ፡
ትትነሣእ ፡ ይትናገረከ ።

22 Then you walk, take it to be with you; and when you sleep, it will guard you; and when you rise, let it converse with you.

23 እስመ ፡ ትእዛዝ ፡ ማኅቶት ፡ ወሕግ ፡ ብርሃን ።
ተግሣጽ ፡ ወትምህርት ፡ ፍኖተ ፡ ሕይወት ።

23 For a command is a lamp, and law is light; correction and discipline are the path of life.

24 ወልድየ ፡ ዕቀብ ፡ ትእዛዝየ ። ከመ ፡ ትዕቀብከ ፡ እምብእሲት ፡ እኪት ፡ ወእምውጼተ ፡ ልሳን ፡ ነኪርት ፤

24 My son, keep my command, that it may keep you from the evil woman, and from the slander of a strange tongue.

25 ኢይማእከ ፡ ሥነ ፡ ፍትወታ ፡ ወኢትሠገር ፡ በአዕይንቲሃ ። ወኢትትመሠጥ ፡ በቀራንብቲሃ ።

25 Let not the beauty of her desire overcome you, and do not be snared by her eyes, nor be carried away by her eyelids.

26 ክብራ ፡ ለዘማ ፡ እስከ ፡ ፀሪቀ ፡ ኅብስት ። ወብእሲተ ፡ ብእሲ ፡ ለእደው ፡ ክቡራን ፡ ነፍሶሙ ፡ ታሠግር ።

26 The honour of a whore is as much as a loaf of bread, and a married woman hunts the very soul of honourable men.

27 መኑ ፡ የዐቍር ፡ እሳተ ፡ ውስተ ፡ ጎፅኑ ፡ ወኢይውዒ ፡ አልባሲሁ ።

27 Who can wrap fire in his bosom, and his clothes not be burnt?

28 ወመኑ ፡ ዘየሐውር ፡ ዲበ ፡ አፍሐመ ፡ እሳት ፡ ወኢይውዒ ፡ እገሪሁ ።

> 28 Or who can walk on coals of fire and his feet will not be burnt?

29 ከማሁ ፡ ዘይበውእ ፡ ቤተ ፡ ብእሴ ። ወኵሉ ፡ ዘለክፋ ፡ ኢይነጽሕ ፡ ኢምኃጢአት ።

> 29 So is the man who enters a man's house; and everyone who touches her will not be cleared of sin.

30 አኮ ፡ መንክር ፡ እመ ፡ ተእኅዘ ፡ ሰራቂ ፡ ዘይሠርቅ ፤ እስመ ፡ ይሠርቅ ፡ ከመ ፡ ያጽግብ ፡ ነፍሶ ፡ ርኁብተ ፤

> 30 It is not surprising if a thief who steals is caught; for he steals in order to fill his hungry self.

31 ወእመ ፡ ተእኅዘ ፡ ይፈዲ ፡ ምስብዒተ ። ወኵሎ ፡ ጥሪቶ ፡ ይሁብ ፡ ከመ ፡ ያድኅን ፡ ነፍሶ ።

> 31 And if he is caught, he will pay sevenfold; and he will give all his possessions to save himself.

32 ወማኀዝሰ ፡ በንዴተ ፡ አእምሮ ፡ ይትጌበር ፡ ሐጕለ ፡ ነፍሱ ።

32 And the adulterer through his lack of understanding wreaks the destruction of his own soul.

33 ሕማመ ፡ ወኀሣረ ፡ ይጼውዕ ። ወጽእለቱ ፡ ኢይደመሰስ ፡ ለዓለም ።

33 He calls upon pain and dishonour; and his ignominy will never be wiped out.

34 እስመ ፡ ምሉእ ፡ ብእሲሃ ፡ ለቢእሲት ፡ ቅንዐተ ፡ ወመዐተ ። ኢይምህሮ ፡ በዕለተ ፡ ኵነኔ ።

34 For a woman's husband is full of jealousy and ire; he will show no mercy on him in the day of judgement.

35 ወኢይዌልጥ ፡ በምንትኒ ፡ ቤዛ ፡ ጽልእ ። ወኢይትዐረቅ ፡ በብዙኅ ፡ ሀብት ።

35 And he will not exchange for anything the price of enmity, and he will not be reconciled even for a large gift.

Chapter 7

1, 1a ወልድየ ፡ ዕቀብ ፡ ነገረ ፡ ዚአየ ። ወትእዛዘ ፡
ዚአየ ፡ ኅባእ ፡ ኀቤከ ። ወልድየ ፡ አፍቅሮ ፡
ለእግዚአብሔር ፡ ወትጸንዕ ። ወዘእንበሌ ፡
ኢትፍራህ ፡ ባእደ ።

1, 1a My son, keep my word, and conceal my command within you. My son, love God, and you will be strong, and fear no-one other beside Him.

1b ወዘእንበሌሁ ፡ አልቦ ፡ ዘይቀትለከ ፡
ወዘእንበሌሁሰ ፡ አልቦ ፡ ዘየሐይወከ ።

1b And beside Him there is none that will kill you; and beside him there is none that will quicken you.

2 ዕቀብ ፡ ትእዛዞ ፡ አምላክከ ፡ ወተሐዩ ። ወንባበ ፡
ዚአሁ ፡ ዕቀብ ፡ ከመ ፡ ብንተ ፡ ዐይን ።

2 Keep the command of your God, and you will live; and keep His utterance as the pupil of an eye.

3 ወደዮ ፡ ውስተ ፡ አፃብዒከ ። ጸሐፎ ፡ ውስተ ፡
ራኅበ ፡ ልብከ ።

3 Bind it on your fingers; write it on the tablet of your heart.

4 በላ ፡ ለጥበብ ፡ እኅት ፡ ዚአየ ፡ ይእቲ ።
ወለአእምሮ ፡ ሀገሪትከ ፡ ረስያ ።

4 Say to wisdom 'She is my sister'; and make understanding your fellow citizen.

5 ከመ ፡ ትዕቀብከ ፡ እምብእሲት ፡ ነኪርት ፡
ወእኪት ። ወለእመ ፡ ነገረ ፡ ትምይንት ፡
አምጽአት ፡ ለከ ።

5 That she may keep you from the strange and evil woman, even if she has brought you a word of astuteness.

6 እስመ ፡ እምስኮተ ፡ ቤታ ፡ ትሔወፅ ፡ እንተ ፡
መራሕብት ፡ ወትሔውፅ ፡ እንተ ፡ ስቅስቅ ።
ወትሬኢ ፡ ምዕረ ፡ ኀዳጠ ፡ አፍአ ፡ ታንጎጐ ።
ወምዕረ ፡ ኀዳጠ ፡ ውስተ ፡ ማእዝንተ ፡ ትፀንሕ ።

6 For from the window of her house she watches towards the square, and she spies from the window, and she sees; now a little she wanders outside, and now a little she lies in wait at the corner.

7 እመአብዳን ፡ ውሉድ ፡ ወሬዛ ፡ ነዳየ ፡ አእምሮ ።

7 (She has seen) from among the foolish children a youth lacking in understanding.

8 ዘየሐውር ፡ ማእዛንተ ፡ ፍናወ ፡ ቤታ ።

8 Who passes the corner on the way to her house.

9 ወይትናገር ፡ ሰርከ ፡ በጽልመት ። ሶበ ፡ ይከውን ፡ ጽማዌ ፡ ወጽልመተ ፡ ሌሊት ።

9 And he talks at even in the darkness, when it becomes quiet, and darkness of night.

10 ወብእሲተ ፡ ትጻደቆ ፡ እንተ ፡ ባቲ ፡ ትርሲተ ፡ ዝሙት ። እንተ ፡ ትሬሲ ፡ ይሰርር ፡ ልበ ፡ ወሬዙት ።

10 And the woman meets him, who has the trappings of a whore, who makes the hearts of youths flutter.

11 ሰርርት ፡ ይእቲ ፡ ወምርዕት ። ወበቤታኒ ፡ ኢያዐርፍ ፡ እገሪሃ ።

11 She is flighty and lascivious, and her foot does not rest in her house.

12 ምዕረ ፡ ኅዳጠ ፡ አፍአ ፡ ታንጎጕ ። ወምዕረ ፡ ኅዳጠ ፡ ውስተ ፡ መራኅብት ፡ ወውስተ ፡ ኵሉ ፡ ማእዛንት ፡ ትፀንሕ ።

12 Sometimes a little she wanders outside, and sometimes a little in the squares; and at every corner she lies in wait.

13 ወአሐዘቶ ፡ ወሰዐመቶ ። ወዘእንበለ ፡ ኃፍረት ፡
ትቤሎ ፡ በገጽ ።

13 And she seized him and kissed him, and without shame she says to his face...

14 መሥዋዕተ ፡ ሰላምየ ። ላዕሌየ ፡ ውእቱ ፡ ዮመ ፡
እጐብ ፡ ብፅዓትየ ።

14 'My peace-offering is upon me; today I shall redeem my vow.'

15 በእንተ ፡ ዝንቱ ፡ ወፃእኩ ፡ እትቀበልከ ፡ እንዘ ፡
እፈቅር ፡ ገጸ ፡ ዚአከ ፡ ረከብኩ ።

15 'For this I have come out to meet you; as I love your face, I have found you.'

16 በቀጠንት ፡ ገለድኩ ፡ ምስካብየ ። ወዘርቤታተኒ ፡
ነጸፍኩ ፡ ዘእምግብጽ ።

16 'With cottons l have strewn my couch; I have laid out tapestries from Egypt.'

17 ነስነስኩ ፡ ምስካብየ ፡ መድርየ ። ቤትየኒ ፡
በቀናንሞስ ።

17 'I have sprinkled my couch with saffron, my house with cinnamon.'

18 ነዓ ፡ ናስተሐውዝ ፡ በስዒም ፡ እስከ ፡ ነግህ ።
ወናንገርግር ፡ በተፋቅሮ ።

18 'Come, let us revel in kissing until morning, and let us be immersed in love.'

19 እስመ ፡ ኢሀሎ ፡ ምትየ ፡ ውስተ ፡ ቤቱ ።
ወሖረ ፡ ፍኖተ ፡ ርሑቀ ።

19 'For my husband is not at home, and he has gone on a far journey'.

20 ዕቍረ ፡ ወርቅ ፡ ነሢኦ ፡ ውስተ ፡ እዴሁ ።
በመዋዕል ፡ ብዙኅ ፡ አመ ፡ ገብአ ፡ ቤቶ ።

20 'Taking a purse of gold in his hand, it will be many days before he returns home.'

21 ወሰሐቦ ፡ በብዙኅ ፡ ነገር ፡ ወበመስገርተ ፡
ከናፍሪሃ ፡ ሰሐቦ ።

21 And she has led them with much speech, and led him with the toils of her lips.

22 ወተለዋ ፡ ድኅሬሃ ፡ ከመ ፡ ላህም ፡ ዘየሐውር ፡
ለተጠብሖ ። ወከመ ፡ ከልብ ፡ ለተአስሮ ።

22 And he follows after her like an ox which is going to the slaughter, and like a dog to captivity.

23 ወከመ ፡ ኆየል ፡ ዘተሐየጸ ፡ ወተነድፈ ፡
ከብዶ ። ወይጕይይ ፡ ከመ ፡ ዖፍ ፡ ለመሥገርት ።
ወኢየአምር ፡ ከመ ፡ በነፍሱ ፡ ይረውጽ ።

23 And like a hind which is shot, and hit in its liver; and he flees like a bird towards the net, and does not know that he is running for his life.

24 ይእዜኒ ፡ ወልድየ ፡ ስምዐኒ ። ወነጽር ፡ ቃለ ፡
አፉየ ።

24 Now, my son, hear me, and observe the word of my mouth.

25 ኢይትመየጥ ፡ ውስተ ፡ ፍናዊሃ ፡ ልብከ ።
ወኢይትሐወስ ፡ ውስተ ፡ አሠራ ።

25 Let not your heart turn into her ways; and let it not stray in her footsteps.

26 ብዙኀ ፡ ከመዝ ፡ አቍሲላ ፡ አስሐተት ።
ወአልቦ ፡ ኆልቄ ፡ እለ ፡ ቀተለት ።

26 Wounding many thus she has led them astray; and there is no counting those whom she has killed.

27 ፍናወ ፡ሲኦል ፡ ቤታ ። እለ ፡ ያወርዱ ፡
ውስተ ፡ መዛግብቲሁ ፡ ለሞት ።

27 Her house is the paths to Sheol; which lead down into the chambers of death.

Chapter 8

1 ናሁ ፡ ጥበብ ፡ ትሰብክ ። ወአእምሮ ፡ ትሁብ ፡
ቃላ ።

1 Behold, wisdom proclaims, and understanding utters her voice.

2 እስመ ፡ ውስተ ፡ ጽንፈ ፡ ነዋኃት ፡ ይእቲ ።
ወማእከለ ፡ ቤታ ፡ ይእቲ ፡ ቆመት ።

2 For she is on top of the heights, and in the midst of her house she is standing.

3 ወውስተ ፡ ዐናቅጺሆሙ ፡ ለኃያላን ፡ ትፀንሕ ።
ወውስተ ፡ ፉናው ፡ ትትፌሣሕ ።

3 'And in the gates of the mighty she lies in wait; and in the streets she rejoices.'

4 ኪያክሙኬ ፡ ሰብእ ፡ አስተበቍዕ ። ወእነግር ፡
ቃለ ፡ ዚአየ ፡ ለውሉደ ፡ ሰብእ ።

4 'You, o men, I beseech; and I speak my word to the children of men.'

5 አእምሩ ፡ ጥበበ ፡ የዋሃን ። ወአብዳም ፡ ፍልጡ ፡
ልበ ።

5 'Understand wisdom, you meek; and you fools, separate the heart.'

6 ስምዑኒ ፡ እስመ ፡ መፍትወ ፡ አየድእ ፡
ወአወፅእ ፡ እምከናፍርየ ፡ ርትዐ ።

6 'Hear me, for I make known what is desirable, and I utter from my lips what is right.'

7 እስመ ፡ ጽድቀ ፡ ይነብብ ፡ ጕርዔየ ። ርኩስ ፡ በቅድሜየ ፡ ከናፍረ ፡ ዐመፃ ።

7 'For my throat speaks righteousness; abominable before me are dishonest lips.'

8 ወጽድቅ ፡ ኵሉ ፡ ቃለ ፡ አፉየ ፡ ወአልቦ ፡ ውስቴቶሙ ፡ ጠዋየ ፡ ወመዕቅፈ ፡

8 'Every word of my mouth is righteousness; and there is nothing crooked or scandalous in them.'

9 ኵሉ ፡ ርቱዕ ፡ ቅድሜሆሙ ፡ ለእለ ፡ የአምሩ ። ወርቱዕ ፡ ለእለ ፡ ይረክቡ ፡ ልቡና ።

9 'Everything is right before those who understand, and right to those who find good sense.'

10 ንሥኡ ፡ ትምህርተ ፡ ወአኮ ፡ ብሩረ ። ወአእምሮ ፡ እምወርቅ ፡ ፍቱን ። ወተወከፉ ፡ ተዐውቆትየ ፡ እምወርቅ ፡ ጽሩይ ።

10 'Take instruction and not silver, and understanding rather than tried gold; and receive my perception rather than pure gold.'

11 እስመ ፡ ትኄይስ ፡ ጥበብ ፡ እምዕንቍ ፡
ዘብዙኅ ፡ ሤጡ ። ኵሎ ፡ ክብር ፡ ኢመጠና ፡
ላቲ ።

11 'For wisdom is better than a stone of great price; all honour is not its equal.'

12 አነ ፡ ጥበብ ፡ አሕደርኩ ፡ ምክረ ። አእምሮ ፡
ወሕሊና ፡ አነ ፡ ጸዋዕኩ ።

12 'I wisdom have settled instruction; to knowledge and insight I have called.'

13 ፈራሄ ፡ እግዚአብሔር ፡ ይጸልእ ፡ ዓመፃ ።
ጽልአ ፡ ወትዕባተ ፡ ወፍናወ ፡ እኩያተ ፡ ጸላእኩ ።
ወዓዲ ፡ ጸላእኩ ፡ ጠዋየ ፡ ፍናወ ፡ ዘዐብዳን ፡
የሐውሩ ፡ ባቲ ።

13 'He who fears God hates violence; I have hated strife and pride and evil ways; and also I have hated crooked ways in which fools walk.'

14 ሊተ ፡ ምክር ፡ ወሊተ ፡ እዛዝ ፡ ሊተ ፡
አእምሮ ፡ ወሊተ ፡ ጽንዕ ።

14 'Mine is counsel, and mine is security; mine is understanding, and mine is strength.'

15 ብየ ፡ ይነግሡ ፡ ነገሥት ። ወኃያላን ፡ የአምሩ ፡
ጽድቀ ፡

15 'By me kings reign, and the mighty understand righteousness.'

16 ብየ ፡ ዐቢያን ፡ ይከብሩ ። ወመኳንንት ፡ ብየ ፡
ይእኅዙ ፡ ምድረ ።

16 'By me the great are honoured, and rulers through me control the earth.'

17 አነ ፡ ለእለ ፡ ያፈቅሩኒ ፡ እፈቅር ። እለ ፡
ኪያየ ፡ የኅሥሡ ፡ ይረክቡ ፡ ሞገሰ ።

17 'I love those who love me; and those who seek me will find grace.'

18 ብዕል ፡ ወክብር ፡ ኀቤየ ፡ ሀሎ ። ወጥሪት ፡
ብዙኅ ፡ ወጽድቅ ፡ ኀቤየ ፡ ሀሎ ።

18 'Riches and honour are with me; and great possessions and righteousness are with me.'

19 ፍሬየ ፡ ይትኃረይ ፡ እምወርቅ ፡ ወእምዕንቍ ።
ወማእረርየ ፡ ይኄይስ ፡ እምብሩር ፡ ጽሩይ ።

19 'My fruit is preferable to gold and precious stone; and my harvest is better than pure silver.'

20 ውስተ ፡ ፍናወ ፡ ጽድቅ ፡ አገሶሱ ። ወማእከለ ፡
አሠረ ፡ ጽድቅ ፡ እትመየጥ ።

20 'I walk in paths of righteousness, and I frequent the ways of righteousness.'

21, 21a ከመ ፡ እከፍሎሙ ፡ ለእለ ፡ ያአምሩኒ ፡
ጥሪተ ። ወመዛግብቲሆሙ ፡ እምላዕ ፡ ተድላ ፤
እመ ፡ ነገርኩክሙ ፡ እንተ ፡ ፀብሐት ፡ ዘይከውን ፤
ወዓዲ ፡ እዜከር ፡ ዘእምዓለም ፡ ኈልቈ ።

21, 21a 'That I may apportion goods to those who understand me, and fill their stores with wealth. If I have told you what will happen while it is day, then also I will call to mind what is from everlasting, to number it.'

22 እግዚአብሔር ፡ ወለደኒ ፡ ቀዳሜ ፡ ኵሉ ፡
ለተግባሩ ፡

22 'God begat me at the beginning of all His works.'

23 እምቅድመ ፡ ይሣርር ፡ ዓለመ ። ወዘእንበለ ፡
ምድረ ፡ ይግበር ።

23 'Before He founded the world, and before he made the earth.'

24 ወዘእንበለ ፡ ይግበር ፡ ቀላያተ ። ወዘእንበለ ፡
ይፃኡ ፡ አንቅዕተ ፡ ማያት ።

24 'And before He made the depths, and before the water springs gushed out.'

25 ወዘእንበለ ፡ ይትከል ፡ አድባራተ ።
ወእምቅድመ ፡ ኵሉ ፡ አውግር ፡ ወለደኒ ።

25 'And before He established the mountains, and before all hills, He begat me.'

26 እምቅድመ ፡ ይግበር ፡ በሐውርተ ፡ ወዓለመ ፡ ዘይትሐደር ፡

26 'Before He made the lands and the world that is inhabited.'

27 አመ ፡ ያስተዳሉ ፡ ሰማያተ ፡ ሀሎኩ ። ወአመ ፡ ያጸንዕ ፡ መንበረ ፡ ዚአሁ ፡ ላዐለ ፡ ነፋሳት ፡ ሀሎኩ ።

27 'When He prepared the heavens, I was; and when He established His throne upon the winds, I was.'

28 ወአመ ፡ ያጸንዕ ፡ አንቅዕተ ፡ ማያት ፡ ሀሎኩ ።

28 'And when He made firm the water springs, I was.'

29 ወአመ ፡ ያነብር ፡ ለባሕር ፡ ዓቅመ ። ወማያት ፡ ኢይወፅኡ ፡ እምአፈ ፡ ዚአሁ ። ወአመ ፡ ጽኑዓ ፡ ይገብር ፡ መሠረታተ ፡ ምድር ።

29 'And when He set a limit to the sea; and the waters do not come out of His mouth, and when He set firm the foundations of the earth.'

30 ሀሎኩ ፡ ምስሌሁ ፡ እንዘ ፡ አስተዋድድ ፡፡ አነ ፡
ይእቲ ፡ እንተ ፡ በአዕይንቲሁ ፡ እንተ ፡ ፀብሐት ፡
በኵሉ ፡ ጊዜ ፡ ኢይትፈለጥ ፡ እምኔሁ ፡፡

30 'I was with Him, harmonising; I am she who was is His eyes by day at all times. I am not separated from Him.'

31 ወአመ ፡ ይትፌሣሕ ፡ ዓለመ ፡ ፈጺሞ ፡ ኮንኩ ፡
አነ ፡ እትፌሣሕ ፡ ወእትኃሰይ ፡፡ ወፍሥሐየኒ ፡
በደቂቀ ፡ እጓለ ፡ እመሕያው ፡፡

31 'And when He rejoiced at completing the world, I was rejoicing and being glad; and my joy was in the children of men.'

32 ወይእዜኒ ፡ ውሉድየ ፡ ስምዑኒ ፡፡ ብፁዓን ፡
እለ ፡ የዐቅቡ ፡ ፍኖትየ ፡፡

32 'And now, my sons, hear me; blessed are those who keep my way.'

33 ደቂቅየ ፡ ስምዑኒ ፡ ጥበበ ፡ ወኢትፍጽሙ ፡
አፈክሙ ፡፡

33 'My children, listen to wisdom, and do not make an end of your mouth.'

34 ብፁዕ ፡ ብእሲ ፡ ዘይሰምዐኒ ፡፡ ወዘየዐቅብ ፡
ፍኖትየ ፡ ወዘይትግህ ፡ በውስተ ፡ አናቅጸ ፡ ዚአየ ፡
እንተ ፡ ፀብሐት ፡፡ ዘረከበኒ ፡ ረከበ ፡ ሕይወተ ፡፡

34 'Blessed is the man who hears me, and who keeps my path, and who watches in my gates when it is day. He who finds me finds life.'

35 እስመ ፡ ፍናውየ ፡ ፍናወ ፡ ሕይወት ። ወይደሉ ፡ ፈቃዱ ፡ ለኀበ ፡ እግዚአብሔር ።

35 'For my ways are ways of life; and his will is acceptable to God.'

36 እለሰ ፡ ላዕሌየ ፡ ይኤብሱ ፡ ይጌግዩ ፡ ላዕለ ፡ ነፍሶሙ ። እለሰ ፡ ይጸልኡኒ ፡ ያፈቅሩ ፡ ሞተ ።

36 'Those who sin against me err against their own soul; but those who hate me love death.'

Chapter 9

1 ጥበብ ፡ ሐነፀት ፡ ላቲ ፡ ቤተ ። ወአቀመት ፡
ላቲ ፡ ሰብዓተ ፡ አእማደ ።

1 Wisdom has built for herself a house, and set up for herself seven pillars.

2 ዘብሐት ፡ ዘዚአሃ ፡ ጥብኃ ። ቶስሐት ፡ ውስተ ፡
ስያሐ ፡ ዘዚአሃ ። ወይነ ፡ ወአስተዳለወት ፡
ዘዚአሃ ፡ ማእደ ፡

2 She has slaughtered her sacrificial victim; she has mixed her wine in her bowl, and prepared her table.

3 ወፈነወት ፡ ዘዚአሃ ፡ አግብርተ ። እንዘ ፡
ትጼውዕ ፡ በነዋኅ ፡ ስብከት ። ወትብል ፡

3 And she has sent out her servants, as she calls with a high summons, and says;

4 ዘአብድ ፡ ውእቱ ፡ ይትገኀሥ ፡ ኀቤየ ። እለሂ ፡
የሐፀፆሙ ፡ አእምሮ ፡ ትቤ ፡

4 'He who is a fool let him turn aside to me.' To those who are lacking in understanding she says;

5 ንዑ ፡ ብልዑ ፡ ኅብስትየ ፡ ወስትዩ ፡ ወይንየ ፡
ዘቀዳሕኩ ፡ ለክሙ ።

5 'Come, eat my fare, and drink my wine which I have mixed for you.'

6 ወኅድግዋ ፡ ለዕብደት ፡ ወሕያዉ ። ወኅሡ ፡ አእምሮ ፡ ከመ ፡ ትሕልዉ ። ወአርትዑ ፡ አእምሮ ፡ ወጠይቆ ።

6 'And leave folly and live; seek understanding that you may survive; and establish understanding and intelligence.'

7 ዘይሜህሮሙ ፡ ለእኩያን ፡ ያስተጋብእ ፡ ሎቱ ፡ ኃሣረ ፤ ዘይጌሥጾ ፡ ለረሲዕ ፡ የኃሥር ፡ ርእሶ ፡

7 He who instructs evil men gathers to himself shame; he who corrects a sinner shames himself.

8 ኢትዝልፎሙ ፡ ለረሲዓን ፡ ከመ ፡ ኢይጽልኡከ ። ዝልፎ ፡ ለጠቢብ ፡ ወያፈቅረከ ፡ አብድሰ ፡ ይጸልአከ ።

8 Do not reprove the wicked, that they may not hate you; reprove a wise man and he will love you; but a fool will hate you.

9 ሀብ ፡ ለጠቢብ ፡ ምክንያተ ። አእምሮ ፡ ለጻድቅ ፡ ከመ ፡ ይወስክ ፡ ተወክፎ ።

9 Give means to the wise man – understanding to the righteous man, that he may become more receptive.

10 ቀዳሚሃ ፡ ለጥበብ ፡ ፈሪሃ ፡ እግዚአብሔር ፡
ወምክረ ፡ ቅዱሳን ፡ አእምሮ ። ወአእምሮ ፡
ሕገሰ ፡ ለልብ ፡ ኄር ፡ ውእቱ ።

10 The first part of wisdom is fear of God, and the counsel of the Holy is understanding, and to understand law is of a good heart.

11 በዝ ፡ ሥርዐት ፡ ብዙኃ ፡ መዋዕለ ፡ ተሐዩ ።
ወይትዌስከከ ፡ ዐመታተ ፡ ሕይወት ።

11 In this manner you will live many days, and there will be added to you years of life.

12 ወልድየ ፡ እመ ፡ ጠቢበ ፡ ኮንከ ፡ ለርእስከ ፡
ጠቢበ ፡ ትከውን ፡ ለቢጽከ ። ወእመሰ ፡ እኩየ ፡
ኮንከ ፡ ለባሕቲትከ ፡ ትነሥእ ፡ እኪተ ።

12 My son, if you will be wise towards yourself, be wise towards your neighbour; and if you are evil, you will draw up evil upon yourself alone.

12a ዘያስተዳሉ ፡ ሐሰተ ፡ ከመ ፡ ዘያስተዳሉ ፡
ነፋሳተ ፡ ወዓዲ ፡ ይመስል ፡ ዘይሬኢ ፡ ነፋሳተ ።

12a He who prepares falsehood is like one who prepares winds; and also he resembles one who pastures winds.

12b ወካዕበ ፡ ይመስል ፡ ዘይዴግን ፡ ዖፈ ፡ ዘይሰርር ፡ መዐልተ ፡ ዓየር ። ኀደገ ፡ ፍናወ ፡ ዐፀደ ፡ ወይኑ ። ወመንኰራኵረ ፡ ወፍረ ፡ ዚአሁ ፡ ረስዐ ።

12b And again he resembles one who chases a flying bird through the air; he has left the paths of his vineyard, and deserted the courses of his own estate.

12c ወየሐውር ፡ ውስተ ፡ በድው ፡ ገዳመ ። ወውስተ ፡ ምድር ፡ እንተ ፡ ሥርዕት ፡ ለጽምእ ። ወያስተጋብእ ፡ በእዴሁ ፡ ዘኢይፈሪ ።

12c And he walks through the desert in the wilderness, and in a land ordained to thirst; and he gathers in his hand what is fruitless.

13 ብእሲት ፡ አብድት ፡ ወመግዝእት ፡ ጽንስት ፡ ኅብስተ ፡ ትከውን ፡ ወዘየአምራ ፡ አልቦ ፡ ምንተኒ ፡ ዘይረብሕ ።

13 A foolish and contentious woman becomes short of bread; and he who understands her – there is nothing that he can gain.

14 ወአንበረት ፡ ውስተ ፡ አንቀጽ ፡ ቤታ ። ወመንበራ ፡ ገሀዶ ፡ ውስተ ፡ መርኅብ ፡ አንበረት ።

14 And she has placed her house in the gate, and settled her seat openly in the square.

15 ወትጼውዕ ፡ ኀላፍያነ ፡ ፍኖት ። እለ ፡ ያረትዑ ፡
ፍኖቶሙ ።

15 And she calls to those who pass by on the road, who make straight their ways.

16 ዘእምውስቴቶሙ ፡ ብእሲ ፡ አብድ ፡ ይቅርብ ፡
ኀቤሃ ፡ ወለዘየሐጽ ፡ አእምሮ ፡ ትኤዝዝ ፡
ወትብል ።

16 Let the foolish man from among them draw near to her; him who is lacking in understanding she commands, and says;

17 ኅብስተ ፡ ኅቡአ ፡ አስተሐዌዞክሙ ፡ ግሥሡ ።
ወማየ ፡ ሥርቅ ፡ መዐርዔረ ።

17 'Take hold of hidden bread with pleasure and sweet stolen water.'

18 ውእቱሰ ፡ ኢያአምር ፡ ከመ ፡ እለ ፡
እምኃያላን ፡ በኀቤሁ ፡ ይትሐጐሉ ። ህየ ፡
በመዐምቀ ፡ሲኦል ፡ ጽውዐ ፡ አኪሃ ፡

18a But he does not understand that those from among the mighty are destroyed with him – there in the depths of Sheol are her callers.

18a ወባሕቱ ፡ ቅንጽ ፡ ወልድየ ፡ ወኢትጐንዲ ፡ ውስተ ፡ መካና ። ወኢታውትር ፡ ዓይነከ ፡ ኀቤሃ ።

18a But jump aside, my son, and do not remain in her place, and do not train your eye upon her.

18b ከመ ፡ ዘትትዐዶ ፡ ማየ ፡ ነኪር ። ወትትዐዶ ፡ ፈለገ ፡ ነኪር ።

18b As one who crosses the waters of a stranger, and crosses the channel of a stranger.

18c እማየ ፡ ነኪር ፡ ረኃቅ ። ወእምዐዘቅተ ፡ ነኪር ፡ ኢትስተይ ። ከመ ፡ ብዙኀ ፡ መዋዕለ ፡ ትሕየው ። ወከመ ፡ ይትወሰከ ፡ ላዕሌከ ፡ ዓመተ ፡ ሕይወት ።

18c Keep away from the waters of a stranger, and do not drink from the cistern of a stranger, that you may live many days, and that there may be added to you years of life.

Chapter 10

1 ወልድ ፡ ጠቢብ ፡ ያስተፌሥሖ ፡ አቡሁ ።
ወልድ ፡ አብድ ፡ የኀዝና ፡ ለእሙ ።

1 A wise son gladdens his father; and a foolish son saddens his mother.

2 ኢይበቊዕ ፡ መዛግብት ፡ ለኃጥአን ። ጽድቅሰ ፡
ታደኅን ፡ እሞት ።

2 Treasures do not profit the wicked; but righteousness delivers from death.

3 ኢያስተጼንስ ፡ እግዚአብሔር ፡ ነፍሰ ፡ ጻድቅ ።
ሕይወተ ፡ ረሲዓን ፡ ይትአተት ፡ እምድር ።

3 God does not reduce to starvation the soul of the righteous; the life of the wicked (He annihilates) from the earth.

4 እድ ፡ ሀካይ ፡ ብእሴ ፡ ያቴሕት ። ወርእሶ ፡
ምግባር ፡ አልዕሎ ፡ እድ ። ወልድ ፡ ምሁር ፡
ጠቢበ ፡ ይከውን ፡ ወአብድሰ ፡ ላዕከ ፡ ይሬሲ ፡
ርእሶ ።

4, 4a An idle hand brings a man low, and a strong hand enriches (variant); an educated son becomes wise, but a fool makes himself a servant.

5 ወልድ ፡ ጠቢብ ፡ ይትጌበር ፡ በማእረር ።
ወልድ ፡ አብድ ፡ ይነውም ፡ በማእረር ።

> 5 A wise son is active in summer; a foolish son sleeps at harvest time.

6 በረከተ ፡ እግዚአብሔር ፡ ይከውን ፡ ላዕለ ፡ ርእሰ ፡ ጻድቃን ። አፈ ፡ ረሲዓን ፡ ይፌጽም ፡ ዐመፃ ፡ ግብተ ።

> 6 The blessing of God is upon the head of the righteous; the mouth of the wicked perfects violence suddenly.

7 ዝክረ ፡ ጻድቃን ፡ በውዳሴ ፡ ወስመ ፡ ረሲዓን ፡ ይጠፍእ ።

> 7 The memory of the righteous is with praise; and the name of the wicked is extinguished.

8 ጠቢብ ፡ ልብ ፡ ይትዌከፍ ፡ ትእዛዘ ። ወዘይትዔገሥ ፡ በከናፍሪሁ ፡ ይወድቅ ፡ በመዐቅፍ ።

> 8 A wise heart receives a command; and he who is obstinate in his lips falls on a stumbling block.

9 ዘየሐውር ፡ በየውሃት ፡ የሐውር ፡ እመነ ። ወዘሰ ፡ ይትሐወክ ፡ ይትከሠት ፡ ፍናዊሁ ።

9 He who walks in meekness walks securely; but he who is disturbed – his paths are revealed.

10 ዘይትቃጸብ ፡ በአእይንቲሁ ፡ ለእከይ ፡
ያስተጋብእ ፡ ለሰብእ ፡ ሐዘነ ። ዘሰ ፡ ይዘልፍ ፡
ገሃደ ፡ ሰላመ ፡ ይገብር ።

10 He who winks with his eyes with evil (intent) amasses sorrow for men; but he who reproves frankly makes peace.

11 ነቅዐ ፡ ሕይወት ፡ አፈ ፡ ጻድቃን ፡ አፈ ፡
ረሲዓንሰ ፡ ይከውን ፡ ሐጕለ ።

11 A well of life is the mouth of the righteous; but the mouth of the wicked becomes destruction.

12 ጽልአ ፡ ያነሥእ ፡ መዐት ። ለኵሉ ፡ ኃጢአት ፡
ይከድኖ ፡ ፍቅር ።

12 Anger stirs up enmity; love covers every sin.

13 ብእሲ ፡ ጠቢብ ፡ እምከናፍሪሁ ፡ ያወፅእ ፡
ጥበበ ፡ በበትር ፡ ይዘብጥ ፡ ብእሲ ፡ ዘእንበለ ፡
አእምሮ ።

13 A wise man brings forth wisdom from his lips; with a rod he beats the man who is without understanding.

14 ጠቢባንሰ ፡ የሀብኡ ፡ አእምሮ ። አፍ ፡ ጕጕዕ ፡
ይቀርብ ፡ ለቅጥቃጤ ።

14 The wise hide away understanding; a hasty mouth draws near to ruin.

15 ጥሪቶሙ ፡ ለአብዕልት ፡ ልብ ፡ ጽንዕት ።
ወቅጥቃጤሆሙ ፡ ለረሲዓን ፡ ንዴተ ፡ አእምሮ ።

15 The wealth of the rich is a strong heart; and the ruin of the wicked is poverty of understanding.

16 ግብረ ፡ ጻድቃን ፡ ሕይወተ ፡ ይገብር ፡ ወፍሬ ፡
ረሲዓን ፡ ኃጢአት ፡

16 The work of the righteous produces life; and the fruit of the wicked is sin.

17 ተግሣጽ ፡ የዕቅብ ፡ ፍናወ ፡ ሕይወት ፡
በተግሣጽ ፡ ዘኢይትጌሠጽ ፡ ይስሕት ።

17 Correction keeps the ways of life; he who is not corrected by correction goes astray.

18 ይከድና ፡ ጽልአ ፡ ከናፍር ፡ ልሙጻት ። እለሰ ፡
ያምጽኡ ፡ ጽልአ ፡ አብዳን ፡ እመንቱ ።

18 Smooth lips hide hatred; those who bring forth hatred are fools.

19 እምብዙኃ ፡ ነገር ፡ ኢያመሥጥ ፡ ኃጥእ ።
ዘይከድን ። ከናፍሪሁ ፡ ማእምረ ፡ ይከውን ።

19 From a multitude of words the sinner will not escape; he who conceals his lips will become sensible.

20 ብሩረ ፡ ርሱን ፡ ልሳነ ፡ ጻድቃን ፡፡ ወልበ ፡ ረሲዓንሰ ፡ የሐፅፅ ፡፡

20 Tried silver is the tongue of the righteous; but the heart of the wicked is deficient.

21 ከናፍረ ፡ ጻድቃን ፡ የአምራ ፡ ነዋኃ ፡፡ አብዳንሰ ፡ በንዴተ ፡ አእምሮ ፡ ይመውቱ ፡፡

21 The lips of the righteous understand deep things; but fools die in poverty of understanding.

22 በረከተ ፡ እግዚአብሔር ፡ ላዕለ ፡ ርእሰ ፡ ጻድቃን ፡ ይእቲ ፡፡ ታብዕል ፡ ወኢታመጽእ ፡ ሐዘነ ፡ ውስተ ፡ ልብ ፡፡

22 The blessing of God is upon the head of the righteous; it makes rich, and it does not bring sorrow into the heart.

23 ሰሐቁ ፡ ለአብድ ፡ ይትፌሣሕ ፡ ሶበ ፡ ይገብር ፡ እኩየ ፡ ተግባሩ ፡ ለረሲዕ ፡ ይእቲ ፡ ማዕረሩ ፡፡ ወጥበቡ ፡ ለብእሲ ፡ ትወልድ ፡ አእምሮ ፡፡

23 It is a joke to a fool to rejoice when he does evil. The deeds of the wicked are his harvest, and a man's wisdom brings forth understanding.

24 ውስተ ፡ ሐጕል ፡ ረሲዕ ፡ ይትመየጥ ።
ወፍትወተ ፡ ጻድቃን ፡ ሥምረት ።

24 The wicked man is carried round in destruction; and the desire of the righteous is acceptable.

25 በሕልፈተ ፡ አውሎ ፡ ይመስን ፡ ረሲዕ ፤
ጻድቅሰ ፡ ተግሒሶ ፡ ይድኅን ። በዓለም ።

25 At the passing of a storm the wicked is annihilated; but the righteous, avoiding it, is delivered (for ever).

26 ከመ ፡ ቆዕ ፡ ከንቱ ፡ ለስነን ፡ ወጢስ ፡
ለዓይን ። ከማሁ ፡ ኃጢአት ፡ ለእለ ፡ አጥረይዋ ።

26 As unripe fruit is harmful to the teeth, and as smoke to the eye – so is sin to those who acquire it.

27 ፈሪሃ ፡ እግዚአብሔር ፡ ይዌስክ ፡ መዋዕለ ።
ወዓመተ ፡ ረሲዓንሰ ፡ ይውሕድ ።

27 The fear of God adds days; but the years of the wicked are decreased.

28 ትጕነዲ ፡ ትፍሥሕቶሙ ፡ ለጻድቃን ።
ወተስፋሆሙ ፡ ለረሲዐን ፡ ይትሐጐል ።

28 The joy of the righteous remains, and the hope of the wicked will be destroyed.

29 ጽንዑ ፡ ለኄር ፡ ፈሪሃ ፡ እግዚአብሔር ።
ወቅጥቃጤ ፡ ለእለ ፡ እለ ፡ ይገብሩ ፡ እኩየ ።

29 The strength of the honest is fear of God; but it is ruin upon those who do evil.

30 ጻድቃንሰ ፡ ለዓለም ፡ ኢያንቀለቅሉ ።
ኢየሐድሩ ፡ ውስተ ፡ ምድር ፡ ኃጥአን ።

30 The righteous will not be moved for ever; but sinners will not dwell upon the earth.

31 አፈ ፡ ጻድቃን ፡ ይነብብ ፡ ጥበበ ። ወልሳነ ፡
ዐማፂያን ፡ ይትሐጐል ።

31 The mouth of the righteous speaks wisdom, and the tongue of the unjust will be destroyed.

32 እምከናፍረ ፡ ጻድቃን ፡ ይውሕዝ ፡ ሞገስ ።
አፈ ፡ ረሲዓንሰ ፡ ይነብብ ፡ ግፍትዐ ።

32 From the lips of the righteous drops grace; but the mouth of the wicked speaks perversion.

Chapter 11

1 መዳልወ ፡ ዐመፃ ፡ ርኩስ ፡ በኀበ ፡
እግዚአብሔር ። ወመዳልወ ፡ ጽድቅሰ ፡ ኅሩይ ፡
ሎቱ ።

1 False scales are an abomination to God, while correct scales are acceptable to Him.

2 ኀበ ፡ ቦአ ፡ ፅእለት ፡ ይመጽእ ፡ ኀሣር ። አፈ ፡
የዋሃን ፡ ይትሜሀር ፡ ጥበበ ።

2 Where enmity comes, shame comes (too); the mouth of the meek learns wisdom.

3 መንጽሖሙ ፡ ለጻድቃን ፡ ይመርሖሙ ፡
ዕቅጸቶሙ ፡ ለረሲዓን ፡ ይጼውዎሙ ።

3 And the purity of the righteous guides them; the fraud of the wicked catches them.

4 ኢይበቍዕ ፡ ንዋይ ፡ በዕለተ ፡ መዐት ። ጽድቅሰ ፡
ታድኅን ፡ እሞት ።

4 Wealth is of no avail on the day of wrath; but righteousness saves from death.

4a መዊቶ ። ጻድቅ ፡ ኀደገ ፡ ንስሐ ። ጕቡአ ፡
በእድ ፡ ይከውን ፡ ወሰሐቀ ፡ ሞት ፡ ለኃጥእ ።

4a When the righteous dies he leaves repentance; he is gathered by the hand, and the death of the sinner is an object of laughter.

5 ጽድቁ ፡ ለንጹሕ ፡ ያረትዕ ፡ ፍኖቶ ። ወበኃጢአቱ ፡ ይወድቅ ፡ ረሲዕ ።

5 A pure man's righteousness straightens his path; and through his sin the wicked falls.

6 ጽድቆሙ ፡ ለርቱዐን ፡ ሰብእ ፡ ይባልሖሙ ። በእከየ ፡ ኢያእምሮቶሙ ፡ ይትአኃዙ ፡ ረሲዓን ።

6 The righteousness of the upright saves them; the evil of their lack of understanding – wicked men are caught by it.

7 መዊቶ ፡ ብእሲ ፡ ጻድቅ ፡ ኢይትሐጐል ፡ ተስፋሁ ። ትምክሕቱ ፡ ለረሲዕ ፡ ይጠፍእ ፡ በስራሑ ።

7 At the death of a righteous man his hope is not destroyed; the boast of the evil man is extinguished in his affliction. (or by his own deed.)

8 ጻድቅሰ ፡ እማዕገት ፡ ያመስጥ ፡ ወቤዛ ፡ ዚአሁ ፡ ይትወሀብ ፡ ረሲዕ ፡

8 The righteous man escapes from the net, and the wicked man is given as his ransom.

9 ውስተ ፡ አፈ ፡ ረሲዓን ፡ መስገርት ፡ ለሀገር ።
ተዓውቆ ፡ ጽድቅሰ ፡ ፍኖት ፡ ሠናይ ።

9 In the mouth of the wicked is a trap for the city; the perception of righteous is a good road.

10 በኂሩተ ፡ ጻድቃን ፡ ረትአት ፡ ሀገር ።
ወሐጕሎሙ ፡ ለረሲዓን ፡ ፍሥሐ ።

10 By the good of righteous men a city is set right; and the destruction of wicked men is a joy.

11 በበረከቶሙ ፡ ለራትዐን ፡ ትትሌዐል ፡ ሀገር ።
ወበአፉሆሙ ፡ ለረሲዓን ፡ ትትገፈታእ ፡ ሀገር ።

11 By the blessing of the righteous a city is exalted; and by the mouth of the wicked a city is overthrown.

12 ምኑን ፡ ለቢጹ ፡ ነዳየ ፡ አእምሮ ። ወብእሲ ፡
ጠቢብ ፡ ጽማዌ ፡ ያመጽእ ።

12 A man poor in understanding is spurned by his neighbour; and a wise man brings quietude.

13 ብእሲ ፡ ዘክልኤ ፡ ልሳኑ ፡ ይከሥት ፡
ምስጢረ ። ወምእመነ ፡ መንፈስ ፡ የሀብእ ፡ ነገረ ።

13 A man of double tongue reveals a mystery; and the man of trustworthy spirit withholds a word.

14 እለ ፡ አልቦሙ ፡ ሐዳፊ ፡ ይወድቁ ፡ ከመ ፡
ቈጽል ። መድኃኒት ፡ ይሄሉ ፡ በብዙኀ ፡ ምክር ።

14 Those who have no guidance fall like leaves; salvation is in much counsel.

15 እኩይ ፡ የአኪ ፡ ሶበ ፡ ይጼመር ፡ ምስለ ፡
ነኪር ፡ ብእሲ ፡ ዘይጸልእ ፡ ተጣውዮ ፡ ይከውን ፡
ውኩለ ፤

15 The evil man does evil when he mixes with a stranger; a man who hates perversity becomes confident.

16 ብእሲት ፡ ኅሪት ፡ ታነሥእ ፡ ለምታ ፡ ክብረ ።
መንበረ ፡ ኃሣር ፡ ብእሲት ፡ እንተ ፡ ትጸልእ ፡
ጽድቀ ።

16 An honest woman brings honour to her husband; a woman who hates righteousness is a seat of dishonour.

16a ሀከያን ፡ ብዕለ ፡ ይነድዩ ። ወጽኑዓንሰ ፡
ይጼግቡ ፡ ብዕለ ።

16a Lazy men get short of wealth; and strong men pursue wealth.

17 ነፍሱ ፡ ይገብር ፡ ሠናየ ፡ ብእሲ ፡ መሀሪ ።
ያማስን ፡ ሥጋሁ ፡ ዘኢይምሕር ፡ ነዳየ ።

17 A merciful man does himself good; one who does not pity the poor destroys his own flesh.

18 ረሲዕ ፡ ይገብር ፡ ምግበረ ፡ ዓመፃ ። ወዘርአ ፡
ጻድቃንሰ ፡ ዓስብ ፡ ህልው ።

18 The evil man does deeds of dishonesty; and the seed of the righteous a sure reward.

19 ወልድ ፡ ጻድቅ ፡ ይትወለድ ፡ ለሕይወት ።
ወልደተ ፡ ረሲዓን ፡ ሞት ።

19 A righteous child is born to life; and the birth of the wicked is death.

20 ርኩስ ፡ በኀበ ፡ እግዚአብሔር ፡ ዘጠዋይ ፡
ፍናሁ ፡ ወኅሩያን ፡ በቅድሜሁ ፡ ኵሎሙ ፡ እለ ፡
ንጹሐን ፡ በፍኖቶሙ ።

20 Abominable with God is the man of crooked ways; and acceptable before Him are all those who are pure in their way.

21 እድ ፡ በእድ ፡ ዘይእኅዝ ፡ በግፍዕ ፡ ኢይነጽሕ ፡
እምኃጢአት ፡ ወዘይዘርእሰ ፡ ጽድቀ ፡ ይድኅን ።

21 Hand in hand, he who acquires by violence will not be guiltless of evil; and he who sows righteousness will be delivered.

22 ከመ ፡ ውጽቦ ፡ ወርቅ ፡ ውስተ ፡ አንፈ ፡
ሐራውያ ። ከማሁ ፡ ለብእሲት ፡ እኪት ፡ ላሕያ ።

22 Like a ring of gold in a pig's snout – so is beauty to an evil woman.

23 ፍትወተ ፡ ጻድቃን ፡ ኵሉ ፡ ሠናይ ።
ወተስፋሆሙ ፡ ለረሲዓን ፡ ይትሐጐል ።

23 The desire of the righteous is all good; and the hope of the wicked will come to nought.

24 ቦእለ ፡ ዘዚአሆሙ ፡ ይዘርኡ ፡ ወያፈድፍዱ ።
ወቦ ፡ እንዘ ፡ ያስተጋብኡ ፡ የሐፅፁ ።

24 There are those who sow their own and increase; and there are some who, when they gather, decrease.

25 ኵሉ ፡ ነፍስ ፡ እንተ ፡ ትባርክ ፡ ትጠልል ።
ወብእሲሰ ፡ መዐትም ፡ ኅሡም ።

25 Every soul which blesses is watered; and a wrathful man is foul.

26 ወዘይከልእ ፡ ስርናየ ፡ ይርግምዎ ፡ አሕዛብ ።
ወበረከት ፡ ውስተ ፡ ርእሱ ፡ ለዘ ፡ ይሁብ ።

26 And he who keeps back corn – the people curse him; and blessing is upon the head of the man who gives.

27 ዘይሄሊ ፡ ሠናየ ፡ የኀሥሥ ፡ ሥምረተ ። ዘሰ ፡
የኀሥሣ ፡ ለእኪት ፡ ትረክቦ ።

27 He who devises good seeks what is pleasing; he who seeks evil – it will find him.

28 ወዘይትዌከል ፡ በብዕሉ ፡ ውእቱ ፡ ይወድቅ ።
ወዘይትዌከፎሙ ፡ ለጻድቃን ፡ ውእቱ ፡ ይሠርፅ ።

28 And he who trusts in his wealth will fall; and he who receives the righteous, he will flourish.

29 ዘይትቀነይ ፡ ቤቶ ፡ ይከፍል ፡ ነፋሰ ።
ይትቀነይ ፡ አብድ ፡ ለጠቢብ ።

29 He who serves his house will inherit as a portion wind; the fool will serve the wise.

30 እምፍሬ ፡ ጽድቅ ፡ ይወፅእ ፡ ዕፀ ፡ ሕይወት ፤
ይነሥእ ፡ ነፍሳተ ፡ ጠቢብ ።

30 From the fruit of righteousness comes out a tree of life; the wise man takes souls.

31 ናሁ ፡ ጻድቅ ፡ በምድር ፡ ይትፌደይ ። እፎ ፡
ኬ ፡ ረሲዕ ፡ ወኃጥእ ፤

31 Behold even the righteous man on earth is punished; how much (more) the wicked and the sinner!

Chapter 12

1 ዘያፈቅር ፡ ተግሣጸ ፡ ያፈቅር ፡ አእምሮ ፡
ወዘይጸልእ ፡ ተግሣጸ ፡ አብድ ፡ ውእቱ ።

1 He who loves correction loves understanding; and he who hates correction is a fool.

2 ይኄይስ ፡ ዘረከበ ፡ ሞገሰ ፡ በኀበ ፡
እግዚአብሔር ። ወብእሲሰ ፡ ዓማፂ ፡ ይጌጊ ።

2 Better is a man who has found grace with God; and a dishonest man errs.

3 ኢይረትዕ ፡ ሰብእ ፡ ዐማፄ ፤ ወሥርወ ፡
ጻድቃንሰ ፡ ኢትመሐዋ ።

3 Lawless men will not go right; and the root of the righteous will not be exstirpated.

4 ብእሲት ፡ አዛዝ ፡ አክሊል ፡ ለምታ ። ከመ ፡
ነቀዝ ፡ ውስተ ፡ አዕፅምት ። ከማሁ ፡ ብእሲት ፡
እኪት ፡ ተሐጕል ፡ ብእሴ ።

4 A brave woman is a crown to her husband; like rottenness in the bones, so an evil woman destroys her husband.

5 ሕሊናሆሙ ፡ ለጻድቃን ፡ ፍትሕ ። የሐድፉ ፡
ረሲዓን ፡ ሕብለ ።

5 The thought of the righteous is justice; the wicked govern fraud.

6 ነገረ ፡ ረሲዓን ፡ ተሳትፎ ፡ ደም ፡ አፉሆሙ፡ሰ ፡ ለራትዐን ፡ ታድኅኖሙ ።

6 The word of the wicked is sharing of blood; the mouth of the upright saves them.

7 ኀበ ፡ ተመይጠ ፡ ረሲዕ ፡ ይማስን ። ወአብያተ ፡ ጻድቃን ፡ ይሄሉ ።

7 Wherever the wicked man turns, he perishes; and the houses of the righteous endure.

8 አፈ ፡ ጠቢባን ፡ ይትዌደስ ፡ በኀበ ፡ ሰብእ ። ወአፈ ፡ አብዳንሰ ፡ ይትመነን ።

8 The mouth of the wise is praised among men; but the mouth of fools is despised.

9 ይኄይስ ፡ ብእሲ ፡ አመ ፡ ኃሣረ ፡ ዘይትቀነይ ፡ ለርእሱ ፡ እምነ ፡ ዘክብረ ፡ ያንብር ፡ ሎቱ ፡ ወየኃጥእ ፡ ኅብስተ ።

9 Better is a man when he is ashamed who works for himself than a man who bestows honour upon himself and lacks bread.

10 ይምሕር ፡ ጻድቅ ፡ ነፍሰ ፡ እንስሳሁ ። ምሕረቶሙ፡ሰ ፡ ለረሲዓን ፡ ኢምጽዋት ።

10 The righteous man pities the soul of his animal; but the mercy of the wicked is not good works.

11 ዘይትጌበራ ፡ ለምድር ፡ ያበዝኃ ፡ ኅብስተ ።
ዘይዴግንሰ ፡ ጽርዓተ ፡ ያስተጋብእ ፡ ንዴተ ።

11a ዝውእቱ ፡ ምዑዝ ፡ ለመትልወ ፡ ወይን ፡
ለኃይለ ፡ ዚአሁ ፡ የሐድግ ፡ ለኃሣረ ።

11, 11a He who works the land multiplies food, but he who follows vanity amasses poverty. Such a man is sweet to one who pursues wine; he leaves shame to his strength.

12 ፍትወቱ ፡ ለረሲዕ ፡ መሥግርት ፡ እኪት ።
ወሥርዎሙሰ ፡ ለጻድቃን ፡ ውስተ ፡ ጽኑዕ ፡

12 The desire of the wicked man is an evil trap; but the root of the righteous is in strength.

13 በኃጢአተ ፡ ከናፍሪሁ ፡ ይወድቅ ፡ ኃጥእ ፡
ውስተ ፡ መሥግርተ ፡ እኪት ፤ ወያመሥጥ ፡
እምኔሁ ፡ ጻድቅ ።

13 Through the sin of his lips the sinner falls into a trap of evil; and the righteous man escapes from it.

13a ዘይነጽር ፡ ስፉሐ ፡ ይትመሀር ፡

13a He who has a simple look is show mercy; (and he who confronts in the gates oppresses souls).

14 እምፍሬ ፡ አፍ ፡ ነፍሰ ፡ ብእሲ ፡ ትምልእ ፡ በረከተ ። ወዕሤተ ፡ ከናፍሪሁ ፡ ይትወሀብ ፡ ሎቱ ።

14 From the fruit of the mouth the soul of a man is filled with blessing; and the reward of his lips will be given to him.

15 ፍናዊሆሙ ፡ ለአብዳን ፡ ርቱዕ ፡ በቅድሜሆሙ ። ይሰምዕ ፡ ምክረ ፡ እዝነ ፡ ጠቢብ ።

15 The ways of the foolish are right in their own sight; the ear of the wise man listens to counsel.

16 አብድ ፡ እንተ ፡ ጸብሐት ፡ ይትዌሰክ ፡ መዐት ፤ የኀጥእ ፡ ኃሣረ ፡ ማእረር ።

16 The fool when it is day is increased – anger; harvest (a sensible man) hides shame.

17 እንተ ፡ ታስተርኢ ፡ ሃይማኖተ ፡ ይነግር ፡ ጻድቅ ። ወስምዐ ፡ እኩያንሰ ፡ ህብል ፡ ውእቱ ፡

17 The righteous man speaks faith which can be seen; and the witness of wicked men is deceit.

18 አለሰ ፡ ይከውኑ ፡ ስምዐ ፡ በሐሰት ፡ ይቀትሉ ፡ በመጥበሕት ። እስመ ፡ ንቡር ፡ ውስተ ፡

አፉሆሙ ፡ ወልሳነ ፡ ጠቢባንሰ ፡ ይፌውሰ ፡ ዘቈሰለ ።

18 Those who are a false witness kill with a dagger, for it is placed in their mouths. But the tongue of the wise heals one who is wounded.

19 ከናፍረ ፡ ጻድቃንኒ ፡ ያረትዕ ፡ ስምዐ ። ሰማዕት ፡ ጕጕአ ፡ ልሳነ ፡ ሐሳዌ ።

19 The lips of the righteous set straight witness; a hasty witness is a false tongue.

20 ሕብል ፡ ውስተ ፡ ልቡ ፡ ለዘይሔሊ ፡ እኩየ ። እለሰ ፡ ይፈቅዱ ፡ ሰላመ ፡ ይትፌሥሑ ።

20 Fraud is in the heart of those who devise evil; but those who desire peace will rejoice.

21 ኢያሠምሮ ፡ ለጻድቅ ፡ ምንትኒ ፡ እኩይ ። ወረሲዓንሰ ፡ ያበዝኁ ፡ እከየ ፤

21 Nothing evil pleases the righteous man; but the wicked multiply evil.

22 ምኑን ። በኀበ ፡ እግዚአብሔር ፡ ከናፍረ ፡ ዐመፃ ። ዘይፈብርሰ ፡ ሃይማኖተ ፡ ሥሙር ፡ በኀቤሁ ።

22 Dishonest lips are abominable to God; but he who practises faithfulness is pleasing to Him.

23 ብእሲ ፡ ማእምር ፡ ይሜውር ፡ ጥበበ፡ ፡ ወልበ ፡ አብድሰ ፡ ይዳደቅ ፡ መርገመ ።

23 A sensible man conceals knowledge; and the heart of a fool meets a curse.

24 እደ ። ኅሩያን ፡ ይእኅዝ ፡ ሥልጣነ ። ወሕቡላንሰ ፡ ይከውኑ ፡ ለጺዋዌ ፡ ግብር ።

24 The hand of the chosen holds sway; and the fraudulent are for the captivity of work.

25 መደንግፅ ፡ ቃል ፡ የሀውክ ፡ ልበ ፡ ብእሲ ፡ ጻድቅ ። ወዜናሰ ፡ ሠናይ ፡ ያስተፌሥሖ ።

25 A formidable word upsets the heart of the righteous man; and good tidings make him glad.

26 ይፈደፍድ ፡ እምቢጹ ፡ ጻድቅ ። ወግዕዞሙሰ ፡ ለረሲዓን ፡ አኮ ፡ አዳም ።

26 The righteous man is at an advantage over his neighbour; and the attitude of the wicked is not pleasant.

26a ለእለ ፡ ይኤብሱ ፡ ይዴግኖሙ ፡ እኩይ ፡ ወፍኖቶሙሰ ፡ ለረሲዓን ፡ ታስሕቶሙ ።

26a Evil pursues those who do wrong; and their own path leads the wicked astray.

27 ይጼድቅ ፡ ሕብል ፡ ለአሥግሮ ። ጸጋሁሰ ፡ ለብእሲ ፡ አጥርዮ ፡ ወርቅ ፡ ወብሩር ።

27 Fraud lights upon the quarry; but a man's wealth is to acquire gold and silver.

28 ውስተ ፡ ፍናወ ፡ ጽድቅ ፡ ሕይወት ። እለሰ ፡
ይገብሩ ፡ እኩየ ፡ ውስተ ፡ ሞት ፡ ይሄልዉ ።

28 In the paths of righteousness is life; those who do evil are in death.

Chapter 13

1 ወልድ ፡ ማእምር ፡ ሰማዒ ፡ አብ ፡ ይከውን ፡፡
ወወልድሰ ፡ ዘኢይሰምዕ ፡ ይከውን ፡ ለሐጕል ፡፡

1 An intelligent son is obedient to his father; but a son who does not listen is for destruction.

2 እምፍሬ ፡ አፉሁ ፡ ይበልዕ ፡ ብእሲ ፡፡ ነፍሰ ፡
ዐማፂያንሰ ፡ ይትሐጐሉ ፡ ቆየሙ ፡፡

2 Of the fruit of his mouth a man eats; but the soul of the dishonest – they are destroyed, their early flower.

3 ዘየዐቅብ ፡ አፉሁ ፡ ይትመሐፀና ፡ ለነፍሱ ፡፡
ዘጒጒእ ፡ በከናፍሪሁ ፡ ያወድቅ ፡ ርእሶ ፡፡

3 He who guards his mouth protects his soul; he who is hasty with his lips makes himself fall.

4 ውስተ ፡ ፍትወት ፡ ሀሎ ፡ ኵሉ ፡ ዘኢይትቀነይ ፡፡
ወእዴሆሙ ፡ ለኄራን ፡ ያስተሐምም ፡፡

4 Everyone who does not serve continues in desire; the hand of good men is busy.

5 ቃለ ፡ ዓማፂ ፡ ይጸልእ ፡ ጻድቅ ፡፡ ረሲዕኒ ፡
የሐፍር ፡ ወኢይመጽእ ፡ ገሃደ ፡፡

5 The word of the dishonest man hates righteousness; but the wicked man is ashamed and does not come openly.

6 ጽድቅ ፡ ተዐቅቦሙ ፡ ለየዋሃን ፡ በፍኖት ።
ለረሲዐንሰ ፡ አቡሰ ፡ ትሬስዮሙ ፡ ኃጢአት ።

6 Righteousness keeps the meek in the way; but sin makes the wicked malefactors.

7 በ ፡ እለ ፡ ያብዕሉ ፡ ርእሶሙ ፡ እንዘ ፡
ምንተኒ ፡ አልቦሙ ። ወበ ፡ እለ ፡ ያቴሕቱ ፡
ርእሶሙ ፡ እንዘ ፡ ብዙኀ ፡ ብዕሎሙ ።

7 There are those who make themselves to be rich when they have nothing; and there are those who abase themselves when their riches are great.

8 ቤዛ ፡ ነፍሱ ፡ ለብእሲ ፡ ጥሪተ ፡ ብዕሉ ።
ነዳይሰ ፡ ኢይሰምዕ ፡ ተግሣጸ ።

8 The ransom-price of a man's soul is the possession of his wealth; but the poor man does not hear correction.

9 ብርሃን ፡ ለጻድቃን ፡ በኵሉ ፡ ጊዜ ። ወብርሃነ ፡
ረሲዐንሰ ፡ ይጠፍእ ።

9 There is a light for the righteous at all time; but the light of the wicked is extinguished.

9a ነፍሰ ፡ ሕቡላን ፡ ይስሕታ ፡ በኃጢአት ።
ጻድቃንሰ ፡ ይምሕሩ ፡ ወይመጽውቱ ።

9a The soul of fraudulent men errs in sin; but the righteous show mercy and give alms.

10 እኩይ ፡ ዘምስለ ፡ ፅዕለት ፡ ይገብር ፡ እኩየ ።
እለሰ ፡ ርእሶሙ ፡ የአምሩ ፡ ጠቢባን ፡ እሙንቱ ።

10 The evil man who is with contumely does evil; those who understand themselves are wise.

11 ብዕል ፡ እምከንቱ ፡ የሐፅፅ ። ዘሰ ፡ ያስተጋብእ ፡
ለርእሱ ፡ ዘበጽድቅ ፡ ይበዝኆ ፡ ሎቱ ። ጻድቅ ፡
ይምሕር ፡ ወይሌቅሕ ።

11 Riches from vanity dwindle; he who gathers to himself in righteousness increases for himself. The righteous shows mercy and lends.

12 ይኄይስ ፡ ዘይዌጥን ፡ ይርዳእ ፡ ልቦ ። እምነ ፡
ዘይብዕል ፡ ወያጸንሕ ፡ ለተስፋ ። ዕፀ ፡ ሕይወት ፡
ይእቲ ፡ ፍኖት ፡ ሠናይት ።

12 Better is one who begins to help his heart than one who is rich and raises hope; a good path is a tree of life.

13 ዘያሰትት ፡ ነገረ ፡ ሠናየ ፡ ይከውን ፡ ምኑነ ።
ዘሰ ፡ ይፈርህ ፡ ትእዛዘ ፡ ቦቱ ፡ የሐዩ ።

13 He who despises a good word becomes despised; but he who fears a commandment will live by it.

13a ወልድ ፡ ሕቡል ፡ ኢየረክብ ፡ ምንተኒ ፡ ሠናየ ። ለገብር ፡ ጠቢብ ፡ ሠናየ ፡ ይከውን ፡ ምግባሩ ። ወይረትዕ ፡ ፍኖቱ ።

13a A dishonest son will find nothing good; to a wise servant his works become good, and his path goes straight.

14 ሕገ ፡ ጠቢብ ፡ ነቅዐ ፡ ሕይወት ፤ ወዘእንበለ ፡ ልብሰ ፡ በአበሳ ፡ ይመውት ።

14 The law of the wise is a spring of life; he who is without sense dies in offence.

15 አእምሮ ፡ ሠናይ ፡ ይሁብ ፡ ሞገሰ ። ወፍናዎሙ ፡ ለዓማጺያን ፡ ውስተ ፡ ሐጕል ።

15 Good understanding gives grace; and the ways of the dishonest are in destruction.

16 ኵሉ ፡ ማእምር ፡ ይገብር ፡ በምክር ።

16 Every man of understanding acts with prudence.

17 አብድሰ ፡ ይወድቅ ፡ ውስተ ፡ እኪት ። ሐዋርያ ፡ ጠቢብ ፡ ያድኅን ፡ ርእሶ ።

17 But a fool falls into evil; a wise messenger saves himself.

18 ንዴተ ፡ ወኃሣረ ፡ ያሴስል ፡ ትምህርት ፡ ወዘየዐቅብ ፡ ተግሣጸ ፡ ይከብር ።

18 Education removes poverty and shame; and he who keeps correction comes to honour.

19 ፍትወተ ፡ ኄራን ፡ ያጥዕየ ፡ ነፍሳተ ። ወምግባረ ፡ ረሲዓንሰ ፡ ርሑቅ ፡ እምአእምሮ ።

19 The desire of good men salves souls; but the deeds of the wicked are far from understanding.

20 ዘይጸመር ፡ ጠቢባነ ፡ ጠቢበ ፡ ይከውን ። ዘሰ ፡ ያንዘሐልል ፡ ምስለ ፡ አብዳን ፡ የአኪ ።

20 He who associates with the wise will become wise; but he who lives dissolutely with fools does evil.

21 እለሰ ፡ ይኤብሱ ፡ ይጼግንዎሙ ፡ እኩይ ። ለጻድቃንሰ ፡ ይረክቦሙ ። ሠናይ ።

21 Those who do evil – evil pursues them; but good finds the righteous.

22 ኄር ፡ ብእሲ ፡ ይወርስ ፡ ውሉደ ፡ ውሉድ ። ይዘግብ ፡ ለጻድቃን ፡ ብዕለ ፡ ረሲዓን ።

22 The good man inherits children's children; he stores up for the righteous the wealth of the wicked.

23 ጻድቃን ፡ ይሄልዉ ፡ በብዕል ፡ ዐመታተ ፡
ብዙኃ ። ወዓማጺያንሰ ፡ ይትሐጐሉ ፡ ፍጡነ ።

23 The righteous continue in wealth many years; but the dishonest are swiftly destroyed.

24 ዘይምሕክ ፡ በትሮ ፡ ይጸልእ ፡ ወልዶ ።
ዘያፈቅርሰ ፡ ይጌሥጽ ። ወትረ ።

24 He who spares his rod hates his child; but he who loves corrects him assiduously.

25 ጻድቅ ፡ እንዘ ፡ ይበልዕ ፡ ይመልእ ፡ ከርሦ ።
ነፍሰ ፡ ረሲዓንሰ ፡ ፅኑስ ።

25 The righteous man, when he eats, fills his belly; but the soul of the wicked is needy.

Chapter 14

1 ጠቢባት ፡ አንስት ፡ ያሐንጻ ፡ አብያተ ።
ወአብዳትሰ ፡ ነሰታ ፡ አብያቲሆን ፡ በእደዊሆን ።

1 Wise women build houses; but foolish ones destroy their houses with their own hands.

2 ዘየሐውር ፡ ርቱዐ ፡ ይፈርሆ ፡ ለእግዚአብሔር ።
ዘሰ ፡ ያጠዊ ፡ ፍኖቶ ፡ ይትሜነን ።

2 He who walks uprightly fears God; he who makes his path crooked is despised.

3 እምአፈ ፡ አብዳን ፡ በትረ ፡ ጽእለት ።
ከናፍሪሆሙ ፡ ለጠቢባን ፡ ተዐቅቦሙ ።

3 From the mouth of fools a rod of pride; the lips of the wise guard them.

4 ወእደ ፡ አልቦ ፡ አልህምት ። ምጽንጋዕ ፡ ንጹሕ ።
ወበኀበ ፡ ብዙኀ ፡ እክል ፡ ይትዐወቅ ፡ እምኃይለ ፡
ላህሙ ።

4 Where there are no oxen, the stalls are clean; and where there is plenty of fodder, it is noticed more than the strength of an ox.

5 ሰማዕት ፡ መሃይምን ፡ ኢይሔሱ ። ያነድድ ፡
ነፍሰ ፡ ሰማዕተ ፡ ሐሰት ።

5 A trusty witness does not lie; a false witness kindles wind.

6 ተኃሥሣ ፡ ለጥበብ ፡ በኀበ ፡ እኩያን ፡ ወኢትረክባ ። አእምሮሰ ፡ በኀበ ፡ ጠቢባን ፡ ቀሊል ።

6 You will seek wisdom amongst evil men and will not find it; but understanding is to hand among the wise.

7 ሖር ፡ እምቅድሜሁ ፡ ለብእሲ ፡ አብድ ። ወልታ ፡ አእምሮ ፡ ከናፍረ ፡ ጠቢባን ።

7 Go from the presence of a foolish man; the lips of the wise are weapons of understanding.

8 ጠበበ ፡ ማእምራን ፡ ተአምር ፡ ፍኖቶሙ ። ለእለ ፡ ዘእንበለ ፡ ልብሰ ፡ ውስተ ፡ ስሒት ፡ ይከውን ፡ ፍኖቶሙ ።

8 The wisdom of intelligent men understands their ways; as for those who are without sense, their way is in error.

9 አብያቲሆሙ ፡ ኃጥአን ፡ ይፈድዩ ፡ ለንጹሐን ። አብያተ ፡ ጻድቃንሰ ፡ ሥሙር ።

9 The houses of sinners repay to the pure; the houses of the righteous are pleasing.

10 ልበ ፡ ብእሲ ፡ ማእምር ፡ ሐዘን ፡ ለነፍሱ ።
ወበፍሥሐሁ ፡ ኢትሐወስ ፡ ቊስሉ ።

10 The heart of a man is understanding, sadness to his soul; and even in his joy his infirmity is not moved.

11 አብያቲሆሙ ፡ ለረሲዓን ፡ ይማስን ። ወማኅደረ ፡
ራትዐንሰ ፡ ይቀውም ።

11 The houses of the wicked will be destroyed; and the abode of the upright will stand.

12 በፍኖት ፡ እንተ ፡ ትምስል ፡ ርትዕተ ፡
እምኀበ ፡ ሰብእ ። ወደኃሪታ ፡ ታበጽሕ ፡
ሙስንተ ፡ መዕምቅተ ፡ ሲኦል ።

12 There is a path which seems straight with men; and its latter end leads into the depths of Sheol.

13 ወውስተ ፡ ሰሐቅ ፡ ኢይደመር ፡ ሐዘን ።

13 And grief does not mix with laughter.

14 እምፍኖተ ፡ ዚአሁ ፡ ይመልእ ፡ እቡየ ፡ ልብ ።
እምሕሊናሁ ፡ ብእሲ ፡ ኄር ።

14 From his path a proud-hearted man is filled; but a good man from his intentions.

15 የዋህ ፡ የአምን ፡ ኵሎ ፡ ነገረ ። ባሕቱ ፡
ምእመን ፡ ያገብእ ፡ ሰኰናሁ ፡ ውስተ ፡ ንስሐ ።

15 The meek believes every word; but the trusty man bends his footstep to repentance.

16 ጠቢብ ፡ ተግኅሠ ፡ እምእኩይ ፡ ፈሪሆ ።
አብድሰ ፡ ተአሚኖ ፡ ርእሶ ፡ ይጸምር ፡ ምስለ ፡
ኃጥአን ።

16 The wise man avoids evil in fear; but the fool in his self-confidence mixes with sinners.

17 መዐትም ። ይገብር ፡ ዘእንበለ ፡ ምክር ።
ወብእሲ ፡ ጠቢብ ፡ ይትዔገሥ ፡ ብዙኃ ።

17 An irascible man acts without sense; but a wise man bears much.

18 ይትካፈሉ ፡ አብዳን ፡ እከየ ። ወማእምራንሰ ፡
ይእኀዝዋ ፡ ለጠይቆ ።

18 Fools share in evil; but the clever grasp perception.

19 ይድኅፁ ፡ እኩያን ፡ በቅድመ ፡ ኄራን ፡
ኃጥአን ፡ ይትቀነዩ ፡ በኆኅተ ፡ ጻድቃን ።

19 The evil slip in front of the good; sinners serve at the gates of the righteous.

20 አዕርክተ ፡ አብዕልት ፡ ይጸልኡ ፡ አዕርክተ ፡
ነዳያን ። አዕርክተ ፡ አብዕልተ ፡ ብዙኃን ።

20 Friends of the rich hate the friends of the poor; the friends of the rich are many.

21 ዘይሜንኖ ፡ ለነዳይ ፡ ይነዲ ። ወዘይምሕሮ ፡ ይብዕል ።

21 He who despises the poor becomes poor; and he who shows him mercy becomes rich.

22 ስሑታን ፡ ይሔልዩ ፡ እከየ ። ሣህለ ፡ ወጽድቀ ፡ ይሔልዩ ፡ ኄራን ።

22 Those in error devise evil; good men devise clemency and righteousness.

22a ወኢያአምሩ ፡ ሣህለ ፡ ወምሕረተ ፡ ፀረብተ ፡ እኪት ። ባሕቱ ፡ ምሕረት ፡ ወሃይማኖት ፡ ኀበ ፡ ፀረብተ ፡ ጽድቅ ።

22a And they do not understand clemency and mercy that fabricate evil; but mercy and faith are with those who effect righteousness.

23 በኵሉ ፡ ሕሊናሆሙ ፡ ትሩፍ ፡ ውእቱ ። በነገረ ፡ ከናፍር ፡ ባሕቱ ፡ ንዴት ።

23 In all their plans is abundance; in mere words of lips is poverty.

24 አክሊሎሙ ፡ ለጠቢባን ፡ ብዕል ፡ ሠናይ ። ወብዕሎሙሰ ፡ ለአብዳን ፡ እከይ ።

24 The crown of the wise is good wealth; but the wealth of fools is evil.

25 እምእኩይ ፡ ያድኅን ፡ ሰማዕት ፡ ማእምር ።
ያነድድ ፡ ባሕቱ ፡ በሐሰት ፡ መዐምፅ ።

25 An understanding witness delivers from evil; but a dishonest man kindles with a lie.

26 በፈሪሃ ፡ እግዚአብሔር ፡ ተስፋሁ ፡ ለኃይል ።
ወያኀድግ ፡ ለደቂቁ ፡ ጽንዐ ።

26 In the fear of God is the strong man's hope; and he leaves to his children security.

27 ትእዛዘ ፡ እግዚአብሔር ፡ ነቅዐ ፡ ሕይወት ፡
ወብርሃን ፤ ወይሬሲ ፡ ከመ ፡ ይትገኃሡ ፡
እምሥገርተ ፡ ሞት ።

27 The command of God is a source of life and light; and it makes (men) turn aside from the trap of death.

28 በብዙኀ ፡ አሕዛብ ፡ ክብሩ ፡ ለንጉሥ ፡
ወበውሕደተ ፡ ሕዝብ ፡ ድቀቱ ፡ ለመኰንን ።

28 In the magnitude of peoples is a king's honour; and in the diminution of a people is a ruler's downfall.

29 መሥተዐግሥ ፡ ብእሲ ፡ ብዙኃ ፡ ጥበብ ፡
ይከውን ። ወሕፁፀ ፡ ነፍስሰ ፡ ጽኑዕ ፡ አብድ ፡
ውእቱ ።

29 A patient man is much in wisdom; but the feeble-minded man is a mighty fool.

30 ዐራቂ ፡ ብእሲ ፡ መፈውስ ፡ ልብ ። ነቀዝ ፡ ለአዕፅምት ፡ ቅንዐት ።

30 A mild man doctors the heart; envy is rot to the bones.

31 ወዘይትዔገል ፡ ነዳየ ፡ ይዌሕኮ ፡ ለፈጠሪሁ ። ወዘያከብሮሰ ፡ ይምሕር ፡ ነዳየ ።

31 He who defrauds the poor provokes his Creator; and he who honours Him shows mercy to the poor.

32 በእከዩ ፡ የአትት ፡ ረሲዕ ። ወዘይትአመንስ ፡ ኂሩቶ ፡ ጻድቅ ፡ ውእቱ ።

32 The wicked man is annihilated by his wickedness; and he who trusts in his own goodness is righteous.

33 ውስተ ፡ ልበ ፡ ኄር ፡ ተዐርፍ ፡ ጥበብ ፡ ውስተ ፡ ልበ ፡ አብድሰ ፡ ኢትትአመር ፡ በምንትኒ ።

33 In the heart of a good man rests wisdom; but in the heart of a fool it is not understood at all.

34 ጽድቅ ፡ ታሌዕል ፡ ሕዝበ ። የሐፅፅ ፡ ሕዝበ ፡ ኃጥእ ፤

34 Righteousness exalts a people; but a sinner diminishes a nation.

35 ሥሙር ፡ ለንጉሥ ፡ ላእክ ፡ ማእምር ።
ወበተዐቅቦቱ ፡ ያርኅቅ ፡ ኃሣረ ፡ እምነፍሱ ።

35 An understanding servant is pleasing to a king; and by his carefulness he puts shame far from himself.

Chapter 15

1 መዐት ፡ ተሐጕል ፡ ጠቢባነ ። ነገር ፡ ዘይትጋነይ ፡
ይመይጥ ፡ መዐተ ፡ መኅዝን ፡ ቃል ፡ ባሕቱ ፡
ያነሥእ ፡ መዐተ ።

1 Wrath destroys the wise; a word which is submissive turns away wrath; but a hurtful word arouses wrath.

2 ልሳነ ፡ ጠቢባን ፡ ተአምር ፡ ሠናየ ። ወአፈ ፡
አብዳን ፡ ይዜኑ ፡ እከየ ።

2 The tongue of the wise understands good; and the mouth of fools proclaims evil.

3 ውስተ ፡ ኵሉ ፡ መካን ፡ አዕይንቲሁ ፡
ለእግዚአብሔር ። ወያስተሐይጽ ፡ እኩያነ ፡
ወኄራነ ።

3 The eyes of God are in every place; and He watches over the evil and the good.

4 መፈውስ ፡ ልሳን ፡ ዕፀ ፡ ሕይወት ፡ ውእቱ ።
ዘሰ ፡ የዐቅቦ ፡ ይመልእ ፡ መንፈሰ ።

4 A healing tongue is a tree of life; he who keeps it is filled with spirit.

5 ወልድ ፡ አብድ ፡ ያስተአኪ ፡ ተግሣጸ ፡ አብ ።
ዘሰ ፡ የዐቅብ ፡ ትእዛዞ ፡ ጠቢብ ፡ ውእቱ ።

5 A foolish son despises the correction of a father; he who keeps his commandments is wise.

6 ኀበ ፡ ትበዝኅ ፡ ጽድቅ ፡ ኃይል ፡ ብዙኅ ። ወረሲዐንሰ ፡ እምሥርዎሙ ፡ እምድር ፡ ይትመልሑ ።

6 Where righteousness multiplies there is much strength; but the wicked are rooted out of the earth from their root.

7 ከናፍረ ፡ ጠቢባን ፡ እሱር ፡ በአእምሮ ።

7 The lips of the wise are bound with understanding.

8 መሥዋዕተ ፡ ረሲዐን ፡ ርኩስ ፡ በኀበ ፡ እግዚአብሔር ። ወጸሎተ ፡ ጻድቃንሰ ፡ ሥሙር ፡ በኀቤሁ ።

8 The sacrifice of the wicked is abominable before God; but the prayer of the righteous is pleasing to Him.

9 ርኩስ ፡ በኀበ ፡ እግዚአብሔር ፡ ፍናወ ፡ ረሲዕ ። እለሰ ፡ ይዴግንዋ ፡ ለጽድቅ ፡ ያፈቅሮሙ ፡ እግዚአብሔር ።

9 Abominable before God are the ways of the wicked; but those who pursue righteousness God loves.

10 ትምህርት ፡ እኩይ ፡ ለእለ ፡ የኀድጉ ፡ ፍኖተ ።
እለሰ ፡ ይጸልኡ ፡ ዝልፊተ ፡ ይመውቱ ፡ እኩየ ።

10 Training is evil to those who leave thr path; those who hate reproof die an evil (death).

11 ግሃነም ፡ ወሞት ፡ ክሡት ፡ በኀበ ፡
እግዚአብሔር ። እፎ ፡ እንከ ፡ ልበ ፡ ሰብእ ።

11 Gehenna and death are laid open before God; how much (more) the heart of men!

12 ኢያፈቅር ፡ አብድ ፡ እመ ፡ ገሠፅዎ ። ኀበ ፡
ጠቢባን ፡ ኢየሐውር ።

12 The fool does not like it if one corrects him; he does not walk with the wise.

13 ልብ ፡ እምከመ ፡ ተፈሥሐ ፡ ይበርህ ፡ ገጽ ።
እመሰ ፡ የሐዝን ፡ ይጼምን ።

13 If the heart is glad, the face is bright; but if it sorrows, the face is clouded.

14 ልብ ፡ ርትዕት ፡ ተኃሥሥ ፡ አእምሮ ። አፈ ፡
አብዳን ፡ የአምር ፡ እከየ ።

14 An upright heart seeks understanding; the mouth of fools understands evil.

15 ኵሎ ፡ መዋዕለ ፡ አዕይንተ ፡ እኩያን ፡ ይሴፎ ፡
እኩየ ፤ ኄራንሰ ፡ ያረምሙ ፡ በኵሉ ፡ ጊዜ ።

15 Every day the eyes of the wicked expect evil; but the good are tranquil at all times.

16 ይኄይስ ፡ ንስቲት ፡ መክፈልት ፡ በፈሪሃ ፡ እግዚአብሔር ፡ እመዘግብት ፡ ዘበኢፈሪሀ ።

16 Better is a small portion in the fear of God than treasures which are without reverence.

17 ይኄይስ ፡ ፍታ ፡ ሐምል ፡ ዘፍቅረ ፡ ቦቱ ። እምላህም ፡ መግዝእ ፡ ዘበጽል ።

17 Better a morsel of vegetable with love in it, than an ox from the stall with hatred.

18 ብእሲ ። መዐትም ፡ ያስተዴሉ ፡ ጋእዘ ። መስተፃግሥስ ፡ እንትኩኒ ፡ ያጠፍእ ። ረሲዓንሰ ፡ ያነሣኡ ፡ ጥቀ ።

18 An irascible man prepares strife; but a patient one extinguishes. . . . . but the wicked raise it exceedingly.

19 ፍናወ ፡ ሃካያን ፡ ንጹፍ ፡ በአስዋክ ፡ ወዘጽኑዓንሰ ፡ መጽያሕት ።

19 The ways of the indolent are strewn with thorns; but those of the strong are well-trodden highways.

20 ወልድ ፡ ጠቢብ ፡ ያስተፌሥሕ ፡ አቡሁ ። ወልድ ፡ አብድ ፡ የኃሥራ ፡ ለእሙ ።

20 A wise son gladdens his father; a foolish son puts his mother to shame.

21 ፍኖተ ፡ አብድ ፡ ነዳየ ፡ አእምሮ ። ጠዋይ ።
ወብእሲስ ፡ አርቱዖ ፡ የሐውር ።

21 The path of a fool poor in understanding is crooked; and a (wise) man goes straight as he walks.

22 ይትቄለጥ ፡ ሕሊና ፡ ሶበ ፡ ይትሐጣእ ፡ ምክር ።
ውስተ ፡ ልበ ፡ መካርያን ፡ ትነብር ፡ ምክር ።

22 A plan is changed when counsel is missing; in the heart of counsellors dwells counsel.

23 ኢይሰምዓ ፡ ላቲ ፡ እኩይ ። አልቦ ፡ ዘይብል ፡
ጥዑም ፡ ወሠናይ ፡ ለምኅበር ።

23 The evil man does not listen to her; there is nothing that he says which is sweet and good to the assembly.

24 ፍናወ ፡ ሕይወት ፡ ሕሊናሁ ፡ ለጠቢብ ። ከመ ፡
ተግኂሦ ፡ እምሲኦል ፡ ይድኅን ።

24 The intention of a wise man is paths of life; that, turning aside, he may escape from Sheol.

25 አብያተ ፡ ጸአልያን ፡ ያነህል ፡ እግዚአብሔር ።
ወያጸንዕ ፡ ወሰነ ፡ መበለት ።

25 God destroys the houses of the proud; and sets firm the boundary-stone of the widow.

26 ምኑን ፡ በኀበ ፡ እግዚአብሔር ፡ ሐልዮ ፡
ዓመፃ ። ለንጹሐንሰ ፡ ነገሮሙ ፡ አዳም ።

26 Abominable to God is a dishonest intention; to the pure their word is pleasant.

27 የሐጕል ፡ ርእሰ ፡ ዘሕልያነ ፡ ይነሥእ ።
ወዘይጸልእሰ ፡ ነሢአ ፡ ሕልያን ፡ ይድኅን ።

27 He who takes bribes destroys himself; and he who hates the taking of bribes escapes.

27a በምሕረት ፡ ወበምሐዋት ፡ ወበሃይማኖት ፡
ይሰረይ ፡ ኃጢአት ። በፈሪሃ ፡ እግዚአብሔር ፡
ይትገኃሥ ፡ ኵሉ ፡ እኩይ ።

27a By mercy and by alms and by faith sin is cleansed; through fear of God every evil man turns aside.

28 ልበ ፡ ጠቢባን ፡ ይትሜሀር ፡ ሃይማኖተ ። አፈ ፡
ረሲዐን ፡ ያነሥእ ፡ እኩያተ ።

28 The heart of the wise is instructed in faith; the mouth of the wicked arouses evil.

28a ሥሙራት ፡ በኀበ ፡ እግዚአብሔር ፡ ፍናወ ፡
ሰብእ ፡ ጻድቃን ። ወበእንቲአሆን ፡ ጸላእትኒ ፡
አዕርክተ ፡ ይከውና ።

28a The ways of the righteous are pleasing to God; and on account of them enemies become friends.

29 ነዋኃ ፡ ይርኅቅ ፡ አምላክ ፡ እምረሲዐን ።
ወጸሎተ ፡ ጻድቃን ፡ ይሰምዕ ።

29 God is far away from the wicked; and He hears the prayer of the righteous.

29a ይኄይስ ፡ ሕዳጥ ፡ ሀብት ፡ ምስለ ፡ ጽድቅ ።
እምብዙኅ ፡ ፍሬ ፡ ዘምስለ ፡ ዓመፃ ።

29a Better a small gift with righteousness than much fruit with dishonesty.

29b ልብ ፡ ሰማዒ ፡ ይሔሊ ፡ ጽድቀ ። ከመ ፡
እምኀበ ፡ እግዚአብሔር ፡ ይርትዕ ፡ አሰራ ።

29b An obedient heart intends righteousness; in order that his step may be right with God.

30 ዓይን ፡ ዘይኔጽር ፡ ሠናየ ፡ ያስተፌሥሕ ፡ ልበ ።
ሕሊና ፡ ኄራን ፡ ያጠልል ፡ አዕፅምተ ።

30 An eye which beholds good gladdens the heart; the thought of good men fattens the bones.

31 [እዝን ፡ ዘይሰምዕ ፡ ዘለፋ ፡ ጠቢብ ፡ ምስለ ፡
ጠቢባን ፡ የኀድር ፡ *codex Abb30*]
32 ዘይትካላእ ፡ እምተግሣጽ ፡ ይጸልእ ፡ ርእሶ ፡
ዘያፈቅር ፡ ተግሣጸ ፡ ያፈቅር ፡ ርእሶ ፡

32 He who shuns discipline hates himself; he who loves discipline loves himself.

33 ፈሪሃ ፡ እግዚአብሔር ፡ አእምሮ ፡ ወጥበብ ።
ቀዳማዊት ፡ ክብር ፡ ይእቲ ፡ ለዘ ፡ ይወሥእ ፡
ላቲ ።

33 The fear of God is understanding and wisdom; it is the first honour to him who answers it.

33a ትተልዎሙ ፡ ለየዋሃን ፡ ክብር ።

33a Honour follows the meek.

Chapter 16

1 [*missing*]

2 ኵሉ ፡ ምግባሩ ፡ ለትሑት ፡ እሙር ፡ በኀበ ፡ እግዚአብሔር ። ወረሲዐንሰ ፡ በዕለት ፡ እኪት ፡ ይትሐጐሉ ።

> 2 All the deeds of the humble man are well-known with God; but the wicked on the evil day will be destroyed.

3-4 [*missing*]

5 ርኩስ ፡ በኀበ ፡ እግዚአብሔር ፡ ኵሉ ፡ ዕቡየ ፡ ልብ ። እድ ፡ በእድ ፡ ዘይገሥሥ ፡ በዓመፃ ፡ ኢይነጽሕ ።

> 5 Abominable with God is every proud-hearted man; he who touches hand to hand in dishonesty will not be innocent.

6 [በምሕረት ፡ ወበጽድቅ ፡ ይትኃደግ ፡ ኃጢአት ፡ ወፍራሄ ፡ ወበፍርሃት ፡ እግዚአብሔር ፡ ይትገኃስ ፡ እምእኩይ ። በሥምረተ ፡ እግዚአብሔር ፡ ፍኖተ ፡ ብእሲ ፡ ጠቢብ ፡ ለጸላኢሁኒ ፡ ይፈድዮ ፡ ይኄይስ ፡ ኅዳጥ ፡ ዘበጽድቅ ፡ እምብዙኃ ፡ ማእረር ፡ ዘእንበለ ፡ ርትዕ ፡ ልበ ፡ ጻድቅ ፡ ብእሲ ፡ ይሄሊ ፡ ፍኖቶ ፡ ወእግዚአብሔር ፡ ያርትዕ ፡ ሑረቶ ።]

6 [*the verse is missing in most MSS but Abb***30** *and Abb***35**]

7 ቀዳሚት ፡ ፍኖት ፡ ኄርት ፡ በኀበ ፡ አብላክ ፡
ጥቀ ፡፡ እምዘቢሐ ፡ መሥዋዕት ፡፡

7 The beginning of a good way is to do justice; it is more acceptable to God than the offering of sacrifices.

8 ዘየኀሥሦ ፡ ለእግዚአብሔር ፡ ይረክብ ፡
አእምሮ ፡ ምስለ ፡ ጻድቃን ፡፡ እለሰ ፡ ርቱዐ ፡
የኀሥሥዎ ፡ ይረክቡ ፡ ሰላመ ፡፡

8 He who seeks God will find understanding with the righteous; but those who search for Him rightly will find peace.

9 ኵሉ ፡ ምግባሩ ፡ ለእግዚአብሔር ፡ ዘምስለ ፡
ጽድቅ ፡፡ ይትዐቀብ ፡ ረሲዕ ፡ ለእኪት ፡ ዕለት ፡፡

9 All the works of God (which) are with righteousness; the wicked man is kept for the evil day.

10 ሰገል ፡ ውስተ ፡ ከናፍረ ፡ ንጉሥ ፡፡ ወበፍትሕ ፡
አፉሁ ፡ ኢይጌጊ ፡፡

10 An oracle is on the king's lips; and in justice his mouth does not err.

11 መዳልው ፡ ወሚዛን ፡ ፍትሐ ፡ እግዚአብሔር ፡
ወምግባሩሰ ፡ አእባነ ፡ ቀኖማት ፡፡

11 Scales and balances are God's judgement; and the stones of the bag are His work.

12 ምኑን ፡ በኀበ ፡ ንጉሥ ፡ ዘይገብር ፡ እኩየ ። ምስለ ፡ ጽድቅ ፡ ይነብር ፡ መንበረ ፡ ንጉሥ ።

12 Abominable to the king is he who does evil; the throne of a king dwells with righteousness.

13 ሥሙር ፡ በኀበ ፡ ንጉሥ ፡ ከናፍረ ፡ ጻድቅ ። ወነገረ ፡ ርቱዐተ ፡ ያፈቅር ፡ እግዚአብሔር ።

13 Pleasing to the king are the lips of a righteous man; and God loves an honest word.

14 መዐተ ፡ ንጉሥ ፡ መልአከ ፡ ሞት ። ወብእሲ ፡ ጠቢብ ፡ ይየውሆ ።

14 The king's anger is a messenger of death; but a wise man will appease it.

15 ከመ ፡ ብርሃነ ፡ ሕይወት ፡ ገጸ ፡ ንጉሥ ፡ ወበእለ ፡ ኢያሠምርዎ ፡ ከመ ፡ ደመና ፡ ምሴት ።

15 As the light of life is the face of the king; and among those who do not please him it is like an evening cloud.

16 አጥርዮታ ፡ ለጥበብ ፡ ይትበደር ፡ እምወርቅ ። ወአጥርዮታ ፡ ለአእምሮ ፡ ይኄይስ ፡ እምብሩር ።

16 The acquisition of wisdom is preferred above gold; and the acquisition of understanding is better than silver.

17 ፍናወ ፡ ሕይወት ፡ ያግኅሥ ፡ እምእኩይ ፡
ወኑኀ ፡ መዋዕል ፡ ፍናወ ፡ ጽድቅ ።

17 The paths of life make one turn aside from evil; and length of days is the paths of righteousness.

17a ዘይትዌከፍ ፡ ትምህርተ ፡ ውስተ ፡ ሠናይ ፡
ይሄሉ ። ዘሰ ፡ የዐቅብ ፡ ተግሣጸ ፡ ይጠበብ ።

17a He who receives instruction will be in a good (state); he who keeps correction will become wise.

17b ዘየዐቅብ ፡ ከናፍረ ፡ ፍናዊሁ ፡ ውእቱ ፡
የዐቅብ ፡ ነፋሰ ፡ እንቲአሁ ። ዘያፈቅር ፡ ሕይወተ ፡
የዐቅብ ፡ አፉሁ ።

17b He who keeps the lips of his ways, he keeps his own soul; he who loves life will keep his mouth.

18 እምቅድመ ፡ ተቀጥቅጦ ፡ ትዕቢት ።
ወእምቅድመ ፡ ድቀት ፡ እከየ ፡ አእምሮ ።

18 Before disaster is pride; and before a fall is evil of understanding.

19 ይኄይስ ፡ አራቂ ፡ መዐት ፡ ዘበአትሕቶ ።
እምዘ ፡ ይትካፈል ፡ በርበረ ።

19 Better a man gentle of temper who is in lowliness, than one who divides spoil.

20 ማእምር ፡ ዘበምግባር ፡ ረካቢሆን ፡ ለኄራት ፡
ዘይትዌከልስ ፡ በእግዚአብሔር ፡ ብፁዕ ።

20 He who is understanding in deed is a finder of good; but he who trusts in God is blessed.

21 ለጠቢብ ፡ ማእምረ ፡ ይሰምይዎ ፡ ወለጥዑመ ፡
ቃል ፡ ፈድፋደ ፡ ይጼውዕዎ ።

21 The wise man they call understanding; and the man of sweet speech they call more.

22 ነቅዐ ፡ ሕይወት ፡ ሕሊና ፡ ለእለ ፡ አጥረይዋ ።
ትምህርተ ፡ አብዳንሰ ፡ እኩይ ።

22 Intention is a fountain of life to those who obtain it; but the instruction of fools is evil.

23 ልቡ ፡ ለጠቢብ ፡ ያጠብብ ፡ አፉሁ ።
ወውስተ ፡ ከናፍሪሁ ፡ ይለብስ ፡ ተዐውቆ ።

23 The heart of a wise man makes his mouth wise; and on his lips he wears discernment.

24 ጸቃውዐ ፡ መዐር ፡ ነገር ፡ ሠናይ ።
ወመዐርዒሮን ፡ ፈውሰ ፡ ነፍስ ።

24 A good word is honey's sweetness; and their sweetness is healing of the soul.

25 ቦፍናወ ፡ ለብእሲ ፡ ዘይመስሎ ፡ ርቱዐተ ።
ወጽንፎን ፡ ይኔጽራ ፡ ማዕምቅተ ፡ ሲኦል ።

25 There are ways of a man which seem to him right; and their end looks to the depth of sheol.

26 ብእሲ ፡ በሕመሙ ፡ የሐምም ፡ ለርእሱ ።
ወይትሔየል ፡ ለርእሱ ፡ ሐጕለ ። ወባሕቱ ፡
ጠዋይ ፡ ውስተ ፡ አፉሁ ፡ ይለብስ ፡ ሐጕሎ ።

26 A man in his trouble troubles himself; and he masters for himself destruction; but the crooked man sports his destruction on his mouth.

27 ብእሲ ፡ አብድ ፡ ይከሪ ፡ ለርእሱ ፡ ሐጕለ ።
ወውስተ ፡ ከናፍሪሁ ፡ ይዘግብ ፡ እሳተ ።

27 A foolish man digs for himself destruction; and upon his lips he stores fire.

28 ብእሲ ፡ ጠዋይ ፡ ይልእክ ፡ እከየ ።
መንጕራጕር ፡ ብእሲ ፡ ይፈልጥ ፡ አዕርክተ ።

28 A crooked man sends evil; a murmerer separates friends.

29 ወይወስዶሙ ፡ ፍናወ ። ዘኢኮና ፡ ኄራተ ፡

29 And he abducts them on ways that are not good.

30 ዘያተወትር ፡ አዕይንቲሁ ፡ ይኄሊ ፡ ጠዋየ ፡
ይቤይጽ ፡ በከናፍሪሁ ፡ ኵሎ ፡ እኩየ ። ዝውእቱ ፡
ፍጻሜ ፡ እከይ ።

30 He who fixes his eye devises crooked things; he marks out with his lips everything evil. This is the fulness of evil.

31 ውእቱ ፡ አክሊለ ፡ ምክሕ ፡ ርኩስ ። ወውስተ ፡
ከናፍረ ፡ ጻድቅ ፡ ኢይትረከብ ።

31 It is a crown of boasting that is abominable; and it is not found on the lips of the righteous man.

32 ይኄይስ ፡ ዕጉሥ ፡ እምኃያል ። ወብእሲ ፡
ዘጥበበ ፡ ቦቱ ፡ እምወፍር ፡ ዐቢይ ። ዘይሴለጥ ፡
በመንፈሱ ፡ እምዘ ፡ ይመልክ ፡ ሀገረ ።

32 Better a patient man than a warrior, and a man with wisdom in him than a large estate; he who rules his spirit than one who gains a city.

33 ለብእሲ ፡ ዐማፄ ፡ ውስተ ፡ ሕፅኑ ፡ ይገብእ ፡
ዐመፃሁ ፡ እምኀበ ፡ እግዚአብሔር ፡ ኵሉ ፡
ጽድቅ ።

33 As for the dishonest man, he collects his dishonesty into his bosom; from God is all righteousness.

Chapter 17

1 ይኄይስ ፡ ፍት ፡ ጥዑም ፡ ምስለ ፡ ሰላም ። እምቤት ፡ ዘምሉእ ፡ ውስቴታ ፡ ብዙኃት ፡ ሠናያት ። ወእምጥብሐ ፡ መግዝእ ፡ ዘምስለ ፡ ዐመፃ ፡ ወጋዕዝ ።

1 Better a sweet crust with peace than a house full inside of many good things; and than an animal for slaughter from the stall, accompanied by dishonesty and strife.

2 ገብር ፡ ጠቢብ ፡ ይሜብል ፡ አጋእዝተ ፡ አብዳነ ። ወምስለ ፡ አኃው ፡ ይትካፈል ፡ ርስተ ።

2 A wise servant will dominate foolish masters; and will divide the inheritance with brothers.

3 በከመ ፡ ይትፈተን ፡ በምንሐብ ፡ ወርቅ ፡ ወብሩር ፤ ከማሁ ፡ ኅሩያነ ፡ ልብ ፡ በኀበ ፡ እግዚአብሔር ።

3 As gold and silver are tried in the furnace, so are the chosen-hearted with God.

4 እኩይ ፡ ይሰምዕ ፡ ልሳኖሙ ፡ ለእለ ፡ ዘእንበለ ፡ ሕግ ። ጻድቅሰ ፡ ኢይኔጽር ፡ ከናፍረ ፡ ሐሰት ። ለምእመን ፡ ኵሉ ፡ ዘለዓለም ፡ ንዋዩ ። ወለዘኢምእመንሰ ፡ አልቦ ፡ ሎቱ ፡ መጠነ ፡ ጻሪቅ ።

4 The evil man listens to the tongue of them which are without law; but the righteous does not regard false lips. To the believer everything which is of the world is his instrument; but for the unbeliever there is not so much as a farthing.

5 ዘይስሕቆ ፡ ለነዳይ ፡ ይሜሕክ ፡ ፈጠሪሁ ፡
ወዘይትፌሣሕ ፡ ላዕለ ፡ ዘይትሐጐል ፡ ኢይድኅን ።
ዘይምሕርሰ ፡ ይትሜሐር ።

5 He who mocks the poor irritates his Creator, and he who rejoices at one who comes to ruin will not be saved. He who shows mercy will enjoy mercy.

6 አክሊሎሙ ፡ ለአእሩግ ፡ ውሉደ ፡ ውሉድ ፡
ወምክሖሙ ፡ ለውሉድ ፡ አበዊሆሙ ።

6 The crown of the aged is children's children; and the boast of children is their parents.

7 ኢይትዌደዶ ፡ ለአብድ ፡ ከናፍረ ፡ መሃይምናን ።
ኢለጻድቅ ፡ ከናፍረ ፡ ሐሰት ።

7 The lips of the faithful do not suit a fool; nor do false lips a righteous man.

8 እብነ ፡ ምገስ ፡ ለእለ ፡ አጥረይዎ ፡ ትምህርት ፡
ኅበ ፡ ተመይጠት ፡ ታሤኒ ፡ ፍኖተ ።

8 Instructson is a precious stone to those who obtain it; wherever it turns, it makes good the road.

9 ዘይሁብእ ፡ አበሳ ፡ ይፈቅድ ፡ ዕርቀ ። ወዘይጸልእሰ ፡ ኅቢአ ፡ ይሌሊ ፡ አእርክተ ፡ ወሰብአ ፡ ቤት ።

9 He who hides an offence loves reconciliation; and he who hates to hide it divides friends and men of a household.

10 የሐዝን ፡ ትምክዕት ፡ ልበ ፡ ጠቢባን ፤ አብድሰ ፡ ተቀሢፎ ፡ ኢይትዐወቆ ።

10 A threat saddens the heart of the wise; but the fool, when he is chastised, does not perceive it.

11 ቅሥተ ፡ ያነሥእ ፡ ኵሉ ፡ እኩይ ። ወእግዚአብሔር ፡ መልአኮ ፡ ዘእንበለ ፡ ምሕረት ፡ ይፌኑ ፡ ሎቱ ።

11 Every evil man arouses controversy; and God sends against him his messenger who is without mercy.

12 ይወድቅ ፡ ውስተ ፡ ትካዝ ፡ ብእሲ ፡ ማእምር ። አብዳንሰ ፡ ይሐልዩ ፡ እከየ ።

12 The sensible man falls into care; but fools plot evil.

13 ዘየዐሲ ፡ እኪተ ፡ ህየንተ ፡ ሠናይ ፡
ኢያንቀለቅል ፡ እምቤቱ ፡ እኩይ ።

13 He who returns evil for good – evil will not be removed from his house.

14 ዓጺወ ፡ ማይ ፡ ቀዳሚ ፡ ጽልእ ። ወምኵናና ፡
ለንዴት ፡ ባእስ ፡ ወጋዕዝ ።

14 The beginning of strife is the shutting off of water; and enmity and strife are leaders to poverty.

15 ኰንኖተ ፡ ኃጥእ ፡ ከመ ፡ ጻድቅ ፡ ወኰንኖተ ፡
ጻድቅ ፡ ከመ ፡ ኃጥእ ። ርኩስ ፡ ወምኑን ፡ በኀበ ፡
እግዚአብሔር ።

15 To judge the sinner as righteous and the righteous man as a sinner is an abomination and unacceptable to God.

16, 16a ኢተሐድር ፡ ጥበብ ፡ ውስተ ፡ ልበ ፡
አብድ ። አጥርዮታ ፡ ለጥበብ ፡ ኢይትከሀል ፡
ዘእንበለ ፡ ልብ ። ዘያነውኅ ፡ ቤቶ ፡ የኃሥሥ ፡
ቅጥቃጤ ። ዘያስተዐፅብ ፡ ለትምሕሮ ፡ ውስተ ፡
እኪት ፡ ይወድቅ ።

16, 16a Wisdom does not dwell in the heart of a fool; he who is without sense cannot acquire wisdom. He who makes his house high seeks ruin; he who is reluctant to learn will fall into evil.

17 በኵሉ ፡ ጊዜ ፡ ዐርከ ፡ አጥሪ ። ወአኃው ፡ ለምንዳቤ ፡ በቋዕያን ፡ ይከውኑ ። እስመ ፡ በእንተዝ ፡ ይትወለዱ ።

17 At all times acquire a friend; and brothers become useful in trouble, for to this end are they born.

18 ብእሲ ፡ ሕፁፀ ፡ ልብ ፡ ይጠፍሕ ፡ እዴሁ ፡ በተሐብዎ ፡ ሕብያት ።

18 A man who lacks sense claps his hand in giving a pledge.

19 መፍቀሬ ፡ ጋእዝ ፡ ይትፌሣሕ ፡ በባእስ ።

19 He who loves discord rejoices in contention.

20 ወጽኑዐ ፡ ልብሰ ፡ ይዳደቅ ፡ ሠናየ ። ብእሲ ፡ መያጤ ፡ ልሳን ፡ ይወድቅ ፡ ውስተ ፡ እከያት ።

20 And a man of strong heart meets good; a man with a twisting tongue fails into evil.

21 ወልበ ፡ አብድ ፡ ሐዘን ፡ ለዘ ፡ አጥረያ ፡ ኢያስተፌሥሖ ፡ ለአብ ፡ ወልድ ፡ አብድ ። ወልድ ፡ ጠቢብ ፡ ያስተፌሥሖ ፡ እሞ ።

21 And the heart of a fool is sorrow to him who acquires it; a foolish son gives his father no joy; a wise son gladdens his mother.

22 ወልብ ፡ ፍሥሕት ፡ ሠናየ ፡ ትገብር ። ብእሲ ፡ ሐዛኒ ፡ ያየብስ ፡ አዕፅምቲሁ ።

22 And a joyful heart does good; a sorrowful man dries up his bones.

23 ዘይነሥእ ፡ ሕልያነ ፡ ውስተ ፡ ሕፅኑ ፡ በዓመፃ ፡ ኢይረትዕ ፡ ፍናወ ። ረሲዕ ፡ ይትገኃሥ ፡ እምፍናወ ፡ ጽድቅ ።

23 He who takes bribes into his bosom wrongfully – his paths do not go straight; the wicked man turns aside from the paths of righteousness.

24 ገጹ ፡ ለማእምር ፡ ይኔጽር ፡ ኀበ ፡ ጥበብ ። ወአዕይንቲሁ ፡ ለአብድ ፡ ውስተ ፡ ከተማ ፡ ምድር ።

24 The face of an intelligent man looks towards wisdom; and the eyes of a fool are upon the ends of the earth.

25 መዐት ፡ ለአብ ፡ ወልድ ፡ አብድ ። ወሐዘን ፡ ለእንተ ፡ ወለደቶ ።

25 A foolish son is anger to his father; and grief to her who bore him.

26 እኅሥሮቱ ፡ ለብእሲ ፡ ጻድቅ ፡ አኮ ፡ ሠናይ ፡ አኮ ፡ ሠናይ ፡ ለመኰንንት ፡ ጽድቅ ፡ ሐቢል ፡

> 26 To fine a just man is not good; false righteousness is not good for the rulers (OR plotting against righteous rulers is not good).

27 ዘይምሕክ ፡ አውፅአ ፡ ቃለ ፡ ንቁጸ ፡ ማእምር ፡ መስተዐግሥ ፡ ብእሲ ፡ ጠቢብ ፡

> 27 He who refrains from uttering a harsh word is sensible; the patient man is wise.

28 አብድ ፡ ለእመ ፡ አርመመ ፡ ጥበበ ፡ ይትሐሰብ ፡ ሎቱ ፡ ወበአርምሞ ፡ ተሐኪሞ ፡ ይመስል ፡ ጠቢበ ፡

> 28 A fool, if he keeps silent, it will be reckoned to him as wisdom; and in his silence, his self-restraint, he will seem wise.

Chapter 18

1 ምክንያተ ፡ የኃሥሥ ፡ ብእሲ ፡ ዘይፈቅድ ፡
ተፈልጦ ፡ እምአዕርክት ። ወበኵሉ ፡ ጊዜ ፡
ዝንጓጌ ፡ ይከውን ።

1 A man who wants separation from friends seeks an excuse; and at all times he is obnoxious.

2 ኢይፈቅድ ፡ ጥበበ ፡ ነዳየ ፡ አእምሮ ፡ ወባሕቱ ፡
ይመልኮ ፡ እበድ ።

2 One poor in understanding does not desire wisdom; only folly rules him.

3 ሶበ ፡ ይመጽእ ፡ ረሲዕ ፡ ይመጽእ ፡ ምስሌሁ ፡
ኃሣር ፡ ወትዕይርት ፡ ወዝንጓጌ ።

3 When an evil man comes, there comes with him shame and reproach, and opprobrium.

4 ማይ ፡ ዕሙቅ ፡ ቃለ ፡ አፉሁ ፡ ለብእሲ ፡
ጠቢብ ። ወፈለግ ፡ ዘይፈለፍል ፡ ነቅዐ ፡ ሕይወት ።

4 Deep waters are the words of the mouth of a wise man; and a stream which bubbles up, a fountain of life.

5 ነሢአ ፡ ገጸ ፡ ረሲዐን ፡ አኮ ፡ ሠናይ ። አኮ ፡
አዳም ፡ አግሕሦ ፡ ጽድቅ ፡ በፍትሕ ።

5 To accept the person of the wicked is not good; the perversion of justice in judgement is not acceptable.

6 ከናፍረሁ ፡ በአብድ ፡ ያበጽሖ ፡ ውስተ ፡ እከይ ። አፉሁ ፡ ለጕጕዕ ፡ ይጼውዕ ፡ ሞተ ።

6 The lips of a fool bring him into evil; the mouth of the headstrong calls death.

7 አፍ ፡ ለአብድ ፡ ቅጥቃጤሁ ፤ ወከናፍሪሁ ፡ መሥገርተ ፡ ነፍሱ ።

7 The mouth of a fool is his ruin; his lips are the snare of his soul.

8 ነገረ ፡ መንጕርጕራን ፡ እለ ፡ ይትበአሱ ። ውእቶሙ ፡ ይወርዱ ፡ ውስተ ፡ መዛግብተ ፡ ከርሥ ።

8 The word of whisperers who are struggling – they go down into the racesses of the belly.

9 ዘይትሀከይ ፡ በመልእከቱ ፡ እኁሁ ፡ ውእቱ ፡ ለዘያፍእ ፡ ርእሶ ፡

9 He who is remiss in his duty is brother to the man who obliterates himself.

10 ማኅፈድ ፡ ጽኑዕ ፡ ስመ ፡ እግዚአብሔር ። ወቦቱ ፡ ይረውጹ ፡ ጻድቃን ፡ ወይትሌዐሉ ።

10 The name of God is a strong tower; and the righteous run into it and are exalted.

11 ጥሪቱ ፡ ለብእሲ ፡ ባዕል ፡ ሀገር ፡ ጽንዕት ።
ወበዓረፍታ ፡ ልዑል ፡ ሶበ ፡ ይነብር ።

11 A rich man's substance is a strong city; and (he is) high within its walls as he dwells.

12 ዘእንበለ ፡ ቅጥቃጤ ፡ ይትዔበይ ፡ ልበ ፡
ሰብእ ። ወዘእንበለ ፡ ክብር ፡ ይቴሐት ።

12 Before ruin men's heart is haughty; and before glory it is humble.

13 ወዘይነብብ ፡ ቃላ ፡ እንበለ ፡ ይስማዕ ፡ እበድ ፡
ሎቱ ፡ ወምናኔ ።

13 And he who speaks a word before he listens – it is folly to him and reproach.

14 መዐተ ፡ ብእሲ ፡ የኃስዕ ፡ ገብር ፡ ጠቢብ ።
ለሐፁፀ ፡ ነፍስ ፡ ብእሲ ፡ መኑ ፡ ይክሎ ።

14 A wise servant assuages a man's wrath; but who can support a small-minded man?

15 ልብ ፡ ጠቢብ ፡ ያጠሪ ፡ አእምሮ ፡ እዝነ ፡
ጠቢባን ፡ የኃሥሥ ፡ ሐሊና ።

15 A wise heart acquires understanding; the ear of the wise seeks sense.

16 ሀብት ፡ ብእሲ ፡ ያሌዕል ፤ ወምስለ ፡
መኳንንት ፡ ያነብሮ ።

16 A gift exalts a man; and places him among princes.

17 ጻድቅ ፡ እምቅድመ ፡ ቅስቱ ፡ ያምጽእ ፡ ቢጾ ፡ ወየሐትቶ ።

17 A righteous man before his defence brings his neighbour and examines him.

18 ኃእዝ ፡ የሐድግ ፡ ዕፃ ፡ ወማእከለ ፡ ጽኑዐን ፡ ይፈልጥ ።

18 The lot stops a quarrel, and divides among the mighty.

19 እኍ ፡ ምስለ ፡ እኍሁ ፡ ዘይትራዳእ ። ከመ ፡ ሀገር ፡ ጽንዕት ፡ ወልዕልት ፤ ወጽኑዕ ፡ ከመ ፡ መሠረት ፡ ሡሩር ።

19 A brother who is helped by his brother is like a strong and exalted city, and is strong as a firm foundation.

20 እምፍሬ ፡ አፉሁ ፡ ይመልእ ፡ ብእሲ ፡ ከርሦ ።

20 From the fruit of his mouth a man fills his belly; (and from the fruit of his lips he is satisfied.)

21 ሞት ፡ ወሕይወት ፡ ውስተ ፡ እደ ፡ ልሳን ። እለሰ ፡ ያጸንዕዋ ፡ ይበልዑ ፡ ፍሬሃ ።

21 Death and life are in the hand of the tongue; those who master it will eat its fruit.

22 ዘረከበ ፡ ብእሲተ ፡ ኄርተ ፡ ረከበ ፡ ሞገሰ ።
ወነሥአ ፡ እምኀበ ፡ እግዚአብሔር ፡ ጽንዐ ።

22 He who finds a good wife finds a boon; and he receives strength from God.

22a ወዘይወፅእ ፡ ብእሲተ ፡ ኄርተ ፡ አውፅአ ፡
ሠናይተ ። ወዘያነብርሰ ፡ ዘማዊተ ፡ አብድ ፡
ውእቱ ፡ ወረሲዕ ።

22a And he who throws out a good woman throws out something good; but he who sets up a whore is a fool and a knave.

23 [*missing*]

24 [*missing*]

Chapter 19

1 [*missing*]

2 [*missing*]

3 ዕበዱ ፡ ለብእሲ ፡ ያጠፍእ ፡ ፍናዊሁ ።

3 The folly of a man destroys his paths; (but he blames God in his heart).

4 ባዕል ፡ ይዌስክ ፡ አዕርክተ ፡ ብዙኃነ ።
ወነዳይሰ ፡ ኪያሁ ፡ ዘቦ ፡ የኃጥእ ።

4 A rich man adds many friends; but the poor loses even that he has.

5 ሰማዕተ ፡ ሐሰት ፡ ርሱሕ ፡ ውእቱ ።
ዘየኃሥሥ ፡ በግፍዕ ፡ አያመሥጥ ።

5 A false witness is impure; he who prosecutes dishonestly will not escape.

6 ብዙኃን ፡ ይዌጽሱ ፡ ገጸ ፡ ንጉሥ ። ወኵሉ ፡
ሰብእ ፡ ቢጹ ፡ ለዘ ፡ ይሁብ ።

6 Many people praise the face of a king; and all men are neighbour to him who gives.

7 ኵሉ ፡ ዘአኃወ ፡ ነዳየ ፡ ይጸልእ ፡ እምተአኃሁ ፡
ርኁቅ ፡ ውእቱ ።

7 Everyone who hates a poor brother is far from brotherliness.

7a ሕሊና ፡ ሠናይት ፡ ለእለ ፡ ያፈቅርዋ ፡
ታቀርብ ። ወብእሲ ፡ ጠቢብ ፡ ይረክባ ።

7a A good attitude brings (it) close to those who love it; and a wise man will find it.

7b ዘብዙኃ ፡ እከየ ፡ ይገብር ፡ ይፌጽም ፡ እኩየ ።
ወዘያስያዝዝ ፡ ነገረ ፡ ኢይድኅን ።

7b He who does much evil perfects evil; and he who is obstinate in word will not escape.

8 ዘያጠርያ ፡ ለጥበብ ፡ ያፈቅር ፡ ርእሶ ።
ወዘየዐቅሰ ፡ አእምሮ ፡ ይረክብ ፡ ኄረ ።

8 He who acquires wisdom loves himself; and he who keeps understanding will find it.

9 ሰማዕተ ፡ ሐሰት ፡ ኢይነጽሕ ፡ እምኵነኔ ።
ዘያስተዋዕያ ፡ ለእከይ ፡ ይትሐጐል ፡ ባቲ ።

9 A false witness will not be delivered from judgement; he who kindles evil will be destroyed by it.

10 እመ ፡ ገብር ፡ ኰነነ ፡ ምስለ ፡ ፅእለት ፡
ይኄይል ።

10 If a servant rules with violence, he is strong.

11 መሐሪ ፡ ብእሲ ፡ ይትዔገስ ። ወትምክሕተ ፡
ምሕረቱ ፡ ይትቃወሞሙ ፡ ለኃጥአን ።

11 A merciful man is patient; and the boast of his mercy resists sinners.

12 መዓተ ፡ ንጉሥ ፡ ከመ ፡ ጥኅረተ ፡ አንበሳ ። ከመ ፡ ጠል ፡ ዲበ ፡ ሣዕር ፡ ከመሁ ፡ ውሕዋሔሁ ።

12 The anger of a king is as the roar of a lion; as dew on the grass, so is his cheerfulness.

13 ኃፍረት ፡ ለአብ ፡ ወልድ ፡ አብድ ። ወኢኮነ ፡ ንጹሐ ፡ ጸሎት ፡ ምስለ ፡ ዓስበ ፡ ክልኣት ።

13 A shame to his father is a foolish son; and a prayer with the hire of a woman friend is not clean.

14 አብያተ ፡ ወንዋየ ፡ ይከፍሉ ፡ አበው ፡ ለውሉዶሙ ። ጸሕጸሕ ፡ ዘይሰድድ ፡ ተጋእዞታ ፡ ለብእሲት ።

14 Fathers allot houses and possessions to their sons; a dogged dripping is a woman's altercation.

15 ሃኬት ፡ ታወርድ ፡ ንዋመ ። ወነፍስ ፡ ዘኢይትቀነይ ፡ ይርኅብ ።

15 Laziness brings down sleep; and a soul who does not work will go hungry.

16 ዘየዐቅብ ፡ ትእዛዘ ፡ ይትመሐፀን ፡ ነፍሶ ።
ወዘያስትትስ ፡ ይትሐጐል ፡ ፍናዊሁ ፡

16 He who keeps a commandment guards his soul, but he who neglects (it) – his path is destroyed.

17 ይሌቅሖ ፡ ለእግዚአብሔር ፡ ዘይምሕር ፡ ነዳየ ።
ወበከመ ፡ ሀብቱ ፡ ይፈድዮ ።

17 He lends to God who is merciful to the poor; and He will pay his according to his gift.

18 ዝብጦ ፡ ለወልድከ ፡ ከመ ፡ ይኩኖ ፡ ለተስፋ ።
ወኀበ ፡ ሞቱ ፡ ኢታልዕል ፡ እዴከ ።

18 Strike your son, that there may be hope for him; but do not raise your hand so far as to kill him.

19 ብእሲ ፡ እኩየ ፡ ሕሊና ፡ ብዙኃ ፡ የሐጕል ።
ዘዐቢይ ፡ መዐቱ ፡ ዕዳ ፡ ይዌስክ ።

19 A man of evil intent loses much; he whose anger is great adds debt.

20 ስምዕ ፡ ወልድየ ፡ ተግሣጸ ፡ አቡከ ፡ ከመ ፡
ትኩን ፡ ጠቢበ ፡ በደኃሪትከ ።

20 Listen, my son, to the instruction of your father; that you may be wise at your latter end.

21 ብዙኀ ፡ ሕሊና ፡ ውስተ ፡ ልበ ፡ ብእሲ ።
ወምክሩሰ ፡ ለእግዚአብሔር ፡ ይሄሉ ፡ ለዓለም ።

21 There is much cogitation in a man's heart; but the counsel of God exists for ever.

22 ፍሬሁ ፡ ለብእሲ ፡ ምጽዋት ። ይኄይስ ፡
ነዳይ ፡ ጻድቅ ፡ እምባዕል ፡ ሐሳዊ ።

22 A man’s fruit is almsgiving; better a righteous pauper than a disnonest rich man.

23 ፈሪሃ ፡ እግዚአብሔር ፡ ሕይወተ ፡ ብእሲ ፡
ወዘኢይፈርህሰ ፡ የሀድር ፡ ውስተ ፡ መካን ፡ ኀበ ፡
ኢያስተርኢ ፡ አእምሮ ።

23 The fear of God is a man's life; and he who does not fear dwells in a place where understanding is not seen.

24 የሀብእ ፡ ሀካይ ፡ እዴሁ ፡ ውስተ ፡ ሕፅኑ ።
ወኢኀበ ፡ አፉሁ ፡ ኢያቀርባ ።

24 The lazy man hides his hand in his bosom; and he does not even bring it close to his mouth.

25 ሕብል ፡ እንዘ ፡ ይትቀሠፍ ፡ አብድ ፡
ማእምረ ፡ ይከውን ። እመሰ ፡ ዘለፍኮ ፡ ለብእሲ ፡
ጠቢብ ፡ ይኄሊ ፡ አእምሮ ።

25 When a scoundrel is beaten, the fool becomes sensible; but if you reprove a wise man, he will understand sense.

26 ዘያኀሥር ፡ አባሁ ፡ ወእሞ ፡ ወይትከላእ ፡
ይትኃፈር ፡ ወምኑነ ፡ ይከውን ።

26 He who dishonours his father and his mother and repudiates (them), is an object of shame, and becomes rejected.

27 ወልድ ፡ ዘይትከላእ ፡ እምዓቂበ ፡ ትምህርተ ፡
አብ ፡ ይትሜሀር ፡ ቃለ ፡ እኩየ ።

27 A son who leaves off the keeping of the instruction of a father studies an evil word.

28 ስም ፡ እኩይ ፡ ያጼዕል ፡ ፍትሐ ። ወአፈ ፡
ረሲዐን ፡ ይውሕጦሙ ፡ ኰነኔ ።

28 A bad name does violence to judgement; and the mouth of the wicked – judgement devours them.

29 ያጽንሑ ፡ ሎሙ ፡ ኰነኔ ፡ ለአብዳን ። ወኰነኔ ፡
ከማሁ ፡ ለእኩያን ።

29 Judgement await the fools; and likewise judgement the evil-doers.

Chapter 20

1 እኩይ ፡ ወይን ፡ ለፀአሊ ፡ ወለሰካሪ ። ወኵሉ ፡ ዘያስተፋኑ ፡ ኢኮነ ፡ ጠቢበ ። ወኵሉ ፡ አብድ ፡ ዘከመዝ ፡ ይጸፈር ።

1 Wine is bad for the contumacious and the drunkard; and everyone who accompanies is not wise; and every fool who is thus is implicated.

2 ኢየሐፅፅ ፡ መዐተ ፡ ንጉሥ ፡ እመዐተ ፡ አንበሳ ። ወዘይዌሕኮ ፡ ይኤብስ ፡ ላዕለ ፡ ነፍሱ ።

2 The anger of a king is not less than the anger of a lion; and he who irritates him sins against his own soul.

3 ክብሩ ፡ ለብእሲ ፡ አርምሞ ፡ እምጋእዝ ።

3 The honour of a man is to refrain from a quarrel.

4 እመ ፡ ዘንጐጕዎ ፡ ሀካይ ፡ ኢየኀፍር ፡ ይስአል ፡ በማዕረር ፡ ወአልቦ ፡ ዘይሁቦ ።

4 The idler is not ashamed when one reproaches him; he begs at harvest and there is no-one who will give to him.

5 ማይ ፡ ዕሙቅ ፡ ምክር ። ወውስተ ፡ ልበ ፡
ብእሲ ፡ መምክር ። ለብእሲ ፡ ጠቢብ ፡ ይደልዎ ።

5 Counsel is deep water; and in the heart of a sensible man it will suit a wise man.

6 ዐቢይ ፡ ወክቡር ፡ ብእሲ ፡ መሐሪ ። ለብእሲ ፡
ምእመን ፡ በስራሕ ፡ ረኪቦቱ ።

6 A merciful man is great and honoured; finding a trustworthy man is hard.

7 ዘየሐውር ፡ ንጹሐ ፡ ውስተ ፡ ጽድቅ ፡ ብፁዓነ ፡
ያከውኖሙ ፡ ለውሉዱ ።

7 He who walks blameless in righteousness makes his children become blessed.

8 ሶበ ፡ ንጉሥ ፡ ጻድቅ ፡ ይነብር ፡ ዲበ ፡
መንበሩ ። ኢይቀውም ፡ ቅድመ ፡ አዕይንቲሁ ፡
ምንትኒ ፡ እኩይ ።

8 When a righteous king sits on his throne, nothing evil stands in his sight.

9 መኑ ፡ ይትሜካሕ ፡ ንጹሐ ፡ ከዊኖ ፡ በልቡ ፡
ወመኑ ፡ ያስተርኢ ፡ ንጹሐ ፡ ከዊኖ ፡
እምኃጢአት ።

9 Who boasts that he is pure in heart? And who shows himself to be clean from sin?

9a ዘየሐሜ ፡ አባሁ ፡ ወእሞ ፡ ይጠፍእ ፡ ብርሃኑ ።
ወብንተ ፡ አዕይንቲሁ ፡ ይሬኢ ፡ ጽልመተ ።

9a He who speaks ill of his father and his mother – his light will be extinguished, and the pupil of his eye will see darkness.

9b,c **መክፈልተ ፡ ዘይጌጉእ ፡ አቅዲሞ ፡ በደኃሪታ ፡ ኢትትባረክ ፡ ኢትበል ፡ እትቤቀሎ ፡ ለጻላእትየ ። ተሰፈዎ ፡ ለእግዚአብሔር ፡ ከመ ፡ ይርዳእከ ።**

9b,c A portion got hastily in the beginning will not be blessed at its end. Do not say 'I will be avenged of my enemies'. Wait upon God, that He may help you.

10 **መዳልወ ፡ ዐቢይ ፡ ወንኡስ ፡ ወመሳፍር ፡ ክልእ ፡ ርኩሳን ፡ ኵሎሙ ፡ በኀበ ፡ እግዚአብሔር ፡**

10 A wight big and small, and a double measure – all of them are abominable with God.

11 **ወዘይገብሮሙ ፡ በምግባሪሁ ፡ ይትዐቀፍ ። ወሬዛ ፡ ጻድቅ ፡ ወርቱዕ ፡ ፍኖቱ ፡**

11 And he who makes them is caught in his works; a righteous youth and his path is straight.

12 እዝኑ ፡ ዘይሰምዕ ፡ ወዓይኑ ፡ ዘይሬኢ ፡
ወዓዲ ፡ ዘኢይሰምዕ ፡ ወዘኢይሬኢ ፡ ግብረ ፡
እግዚአብሔር ፡ ኵሎሙ ።

12 His ear which hears, and his eye which sees – and also he who does not hear or see – all of them are the work of God.

13 ኢታፍቅር ፡ ንዋመ ፡ ከመ ፡ ኢትንዲ ።
ክሥት ፡ አዕይንቲከ ፡ ወፅግብ ፡ ኅብስተ ።

13 Do not love sleep, that you may not come to poverty; open your eyes, and be satisfied with bread.

14 - 22 [*missing*]

23 ምኑን ፡ በኀበ ፡ እግዚአብሔር ፡ ካልኤ ፡
መዳልወ ። መዳልው ፡ ስሩቂ ፡ አኮ ፡ ሠናይ ፡
በቅድሜሁ ።

23 Abominable before God is a double balance; a false balance is not good before Him.

24 እምኀበ ፡ እግዚአብሔር ፡ ይጸንዕ ፡ ሐረቱ ፡
ለብእሲ ። ወመዋቲሰ ፡ እፎ ፡ ይረትዕ ፡
(ወ)የአምር ፡ ፍናዊሁ ፡

24 with God a man's steps go straight; but as for a mortal, how can he know his paths?

25 መሥገርቱ ፡ ለብእሲ ፡ ጕጕአ ፡ ዘእምዚአሁ ፡
ይቄድስ ፡ እስመ ፡ እምድኅረ ፡ በፅአ ፡ ንስሐ ፡
ይከውኖሙ ፡

25 It is a snare to a man to hasten to sanctify what is his own; for after his vow repentance comes upon them.

26 መስዔሆሙ ፡ ለረሲዐን ፡ ንጉሥ ፡ ጠቢብ ።
ወይወዲ ፡ ሎሙ ፡ መንኰራኵረ ።

26 A wise king is a winnower of the wicked; and he puts upon them the wheel.

27 ብርሃነ ፡ እግዚአብሔር ፡ እስትንፋሰ ፡ ንጉሥ ።
ዘከመ ፡ መኅቶት ፡ ይፈትን ፡ መዛግብተ ፡ ከርሥ ።

27 The light of God is the spirit of the king, which like a lamp searches out the recesses of the belly.

28 ምጽዋተ ፡ ወጽድቀ ፡ ይዕቀብ ፡ ንጉሥ ፤
እስመ ፡ እሙንቱ ፡ በጽድቅ ፡ ይሜግቡ ፡
መንበሮ ።

28 The king preserves almsgiving and righteousness; for they surround his throne in righteousness.

29 ምክሐሙ ፡ ለወራዙት ፡ ጽንዖሙ ።
ወክብሮሙ ፡ ለሊቃውንት ፡ ሲበት ።

29 The glory of young men is their strength;
and the honour of old men is their gray hair.

30 ምማቴ ፡ ወግኀሠት ፡ ይዳደቆሙ ፡ ለእኩያን ።
ዝብጠት ፡ ወመቅሠፍት ፡ ይሄሉ ፡ ውስተ ፡
ከርሦሙ ፡ ይዘብጦሙ ፡ በሰይፉ ፡ ወይመትር ፡
ክሳዶሙ ።

30 Spottiness and decline meet wicked men;
beating and stripes are in their bellies. He
beats them with a sword, and strikes their
necks.

Chapter 21

1 ከመ ፡ ውሒዘ ፡ ማይ ፡ ከማሁ ፡ ልበ ፡ ንጉሥ ፡
ውስተ ፡ እደ ፡ እግዚአብሔር ፡ ኀበ ፡ ፈቀደ ፡
ይመይጦ ። ህየ ፡ ትመይስ ።

1 Like the flowing of water, so is the heart of a king in the hand of God; where He wills, He turns it; there it turns.

2 ኵሉ ፡ ብእሲ ፡ ዘያስተርኢ ፡ ለርእሱ ፡ ጽድቀ ፡
ያረትዕ ፡ አልባበ ፡ እግዚአብሔር ።

2 Every man (who) appears to himself (righteous); God directs hearts.

3 ገቢረ ፡ ጽድቅ ፡ ህልው ፡ ሥሙር ፡ በኀበ ፡
እግዚአብሔር ፡ ፈድፋደ ፡ እምሥዋዕተ ፡ ደም ።

3 To do true righteousness is acceptable to God more than offerings of blood.

4 ዐቢይ ፡ ሕሊና ፡ ኢጐጕዓ ፡ ልብ ፡ በፅዕለት ።
ወብርሃኖሙ ፡ ለረሲዓን ፡ ኃጢአት ።

4 (Proud-minded is iniquity is the bold-hearted); and the light of the wicked is sin.

5 [*missing*]

6 ዘይትቀነይ ፡ ለመዝገበ ፡ ልሳነ ፡ ሐሰት ። ከንቶ ፡
ይዴግን ፡ ወይበጽሕ ፡ ውስተ ፡ መሥገርተ ፡
ሞት ።

6 He who labours for the treasure of a false tongue pursues vanity, and comes into the toils of death.

7 ሥራዌ ፡ ረሲዐን ፡ ይትነገድ ። እስመ ፡ ኢይፈቅዱ ፡ ይግበሩ ፡ ጽድቀ ።

7 The destruction of the wicked visits (them); for they do not wish to do what is right.

8 ለዕልዋን ፡ ዕልወ ፡ ፍናወ ፡ ይፌኑ ፡ ሎሙ ፡ እግዚአብሔር ። እስመ ፡ ርቱዕ ፡ ወንጹሕ ፡ ምግባሩ ።

8 The depraved – God sends to them depraved ways; for upright and pure are His works.

9 ይኄይስ ፡ ነቢር ፡ ውስተ ፡ ማእዘንት ፡ ዘኢኮነ ፡ ጥፉረ ። እምነቢር ፡ ምስለ ፡ ብእሲት ፡ መግዝእት ፡ ውስተ ፡ ቤት ፡ ምሩግ ።

9 It is better to live on a corner which is not ceiled than to dwell with a quarrelsome woman in a roofed house.

10 ነፍሰ ፡ ረሲዓን ፡ ኢትትመሐር ፡ ወኢ ፡ በኀበ ፡ አሐዱሂ ፡ ሰብእ ።

10 The soul of the wicked is not shewn mercy, not even by a single man.

11 እንዘ ፡ የኃሥር ፡ ጸዋግ ፡ የዋህ ፡ ማእምረ ፡
ይከውን ። ብእሲ ፡ ጠቢብ ፡ ይጤይቅ ፡ አእምሮ ።

11 When the lawless man is afflicted, the meek becomes understanding; a wise man perceives understanding.

12 የአምር ፡ ጽድቅ ፡ ልበ ፡ ረሲዐን ።
ወየአከዮሙ ፡ ለረሲዓን ፡ እከይ ፤

12 Righteousness knows the heart of the wicked; and evil does evil to the wicked.

13 ዘይፌጽም ፡ እዘኒሁ ፡ ከመ ፡ ኢይስማዕ ፡
ድውያነ ፡ ውእቱ ፡ ሂ ፡ ይጼውዕ ፡ ወአልቦ ፡
ዘይሰምዖ ።

13 He who shuts his ear so as not to hear the sick will himself cry, and there will be none to hear him.

14 ሀብተ ፡ ጽሚተ ፡ ይገፍእ ፡ መዐተ ። ዘሰ ፡
ይምሕክ ፡ ሀብተ ፡ ይነሥእ ፡ ለርእሱ ፡ መዐተ ፡
ጽኑዐ ።

14 (A gift in secret) restrains wrath; but he who withholds a gift arouses strong anger against himself.

15 ፍሥሐ ፡ ጻድቃን ፡ ገቢረ ፡ ፍትሕ ። ጻድቅ ፡
ባሕቱ ፡ ርኩስ ፡ በኀበ ፡ እኩየ ፡ ምግባር ።

15 The joy of the righteous is to do justice; but the righteous man is abominable to the man of evil works.

16 ብእሲ ፡ ዘይስሕት ፡ እምፍኖተ ፡ ጽድቅ ።
ውስተ ፡ መኀበረ ፡ ረዐይት ፡ የዐርፍ ።

16 He who strays from the path of righteousness will rest in the congregation of giants.

17 ወቅጥቃጤ ፡ ለገባሬ ፡ ዐመፃ ።

17 And ruin to the worker of violence.

18 ቤዛሁ ፡ ለጻድቅ ፡ ይትወሀብ ፡ ኃጥእ ።

18 The sinner is given as a ransom for the righteous.

19 ይኄይስ ፡ ነቢር ፡ ውስተ ፡ ገዳም ፡
እምብእሲት ፡ መግዕዝት ፡ ወነባቢት ፡ ወመዐት ።

19 It is better to dwell in the desert than a woman quarrelsome, talkative, and full of anger.

20 መዝገብ ፡ መፍትው ፡ ወቅብእ ፡ የዐርፍ ፡
ውስተ ፡ መኀደረ ፡ ጠቢብ ። አብዳንሰ ፡ ሰብእ ፡
የኃጥእዋ ።

20 A desirable treasure and oil rest in the dwelling of the wise; but foolish men lack it.

21 ዘይዴግን ፡ ፍኖተ ፡ ጽድቅ ፡ ወሕይወት ፡
ይረክብ ፡ ሕይወተ ፡ ወክብረ ።

21 He who follows the path of righteousness and life will find life and honour.

22 ለሀገር ፡ ጽንዕት ፡ ቦአ ፡ ጠቢብ ፡ ወነሰተ ፡
ጽንዐ ፡ በዘይትቄከሉ ፡ ረሲዐን ።

22 The wise man comes to a strong city, and pulls down the bulwark on which the wicked rely.

23 ዘየዐቅብ ፡ አፉሁ ፡ ወልሳኖ ፡ ይትመሐፀን ፡
ነፍሶ ፡ እምንዳቤ ።

23 He who keeps his mouth and his tongue preserves his soul from trouble.

24 ጉጉዕ ፡ ወመግዝዕ ፡ ወነባቢ ፡ ብድብድ ፡
ስሙ ። ወዘይዜክርሰ ፡ እከየ ፡ ኃጥእ ፡ ውእቱ ።

24 The bold and quarrelsome and talkative man – Pest is his name; and he who remembers evil is a sinner.

25 ፍትወት ፡ ይቀትላሁ ፡ ለብእሲ ፡ ሀካይ ።
እስመ ፡ ኢይፈቅዳ ፡ እደዊሁ ፡ ይግበራ ፡
ምንተኒ ።

25 Desire kills the lazy man; for his hands do not wish to do anything.

26 ረሲዐሰ ፡ ይፈቱ ፡ ኵሎ ፡ ዕለተ ፡ እኩየ ።
ጻድቅሰ ፡ ይምሕር ፡ ወይመጽውት ፡ አእሚሮ ።

26 The wicked man desires evil every day; but the righteous shows mercy, and gives alms (every day).

27 መሥዋዕተ ፡ ረሲዐን ፡ ምኑን ፡ በኀበ ፡
እግዚአብሔር ። እስመ ፡ በእከይ ፡ ያቄርብዎን ።

27 The offerings of the wicked are abominable to God; for they offer them evilly.

28 ሰማዕተ ፡ ሐሰት ፡ ይትሐጐል ። ብእሲሰ ፡
ሰማዒ ፡ ዕቁበ ፡ ይትናገር ።

28 A false witness will be destroyed; but the attentive man speaks guardedly.

29 ረሲዕ ፡ ብእሲ ፡ ዘእንበለ ፡ ኃፈረት ፡
ይትቃወም ፡ ገጸ ፡ ራትዕሰ ፡ ውእቱ ፡ ይጤይቅ ፡
ፍኖቶ ።

29 The wicked man without shame resists the face; but the honest man – he perceives his way.

30 አልቦ ፡ ጥበብ ፡ ወአልቦ ፡ ምክር ፡ ወአልቦ ፡
አእምሮ ፡ እግዚአብሔር ፡ በኀበ ፡ አብዳን ።

30 There is no wisdom and there is no counsel and there is no understanding of God with fools.

31 ፈረስ ፡ ያስተዳልው ፡ ለዕለተ ፡ ፀብእ ፡፡ ወእምኀበ ፡ እግዚአብሔር ፡ ይከውን ፡ ረድኤቱ ፡፡

31 A horse is prepared for the day of battle; and from God is his help.

Chapter 22

1 ይኄይስ ፡ ስም ፡ ሠናይ ፡ እምብዕል ፡ ብዙኀ ።
ወእምወርቅ ፡ ወእምብሩር ፡ ሞገስ ፡ አዳም ።

1 A good name is better man than wealth; and pleasant favour than gold or silver.

2 ባዕል ፡ ወነዳይ ፡ ተራከቡ ፡ ኅቡረ ።
ወክልኤሆሙ ፡ እግዚአብሔር ፡ ገብረ ።

2 Rich and poor are found together; and God made them both.

3 ማእምር ፡ ርእየ ፡ እኩየ ። ወኃለፈ ፡ አብድሰ ፡
ተፈድየ ፡ እኩየ፡

3 A clever man sees evil and passes on; but the fool pays a bad penalty.

4 ትወልዳ ፡ ለጥበብ ፡ ፈሪሃ ፡ እግዚአብሔር ፡
ለክብር ፡ ወለብዕል ፡ ወለሕይወት ።

4 The fear of God engenders wisdom, honour, and wealth and life.

5 አሚከላ ፡ ወአስዋክ ፡ ወመሥገር ፡ ውስተ ፡
ፍናዊሁ ፡ ለብእሲ ፡ ጠዋይ ። ዘየዐቅብ ፡ ነፍሱ ፡
ያመሥጠን ።

5 Thorns and thistles and snares are in the paths of the crooked man; he who guards his soul will avoid them.

6 [*missing*]

7 አብዕልት ፡ ነዳያነ ፡ አእምሮ ፡ ይሜንኑ ፡ ነዳያነ ፡ ወአግብርት ፡ ለአጋእዝቲሆሙ ፡ ይሌቅሑ ።

7 The rich, poor in understanding, despise the poor; and servants lend to their masters.

8 ዘይዘርእ ፡ ሕብለ ፡ የአርር ፡ እከየ ። ወመቅሠፍት ፡ ምግባራቲሁ ፡ ይፌጽም ።

8 He who sows fraud harvests evil; and he completes chastisement of his deeds.

8a ብእሴ ፡ ፍሡሐ ፡ ወወሀቤ ፡ ያፈቅር ፡ እግዚአብሔር ፡ ወካንከቶ ፡ ምግባሬቲሁ ፡ ይሴልጥ ።

8a A cheerful and generous man God loves; and He perfects the vanity of his deeds.

9 ዘይምሕር ፡ ነዳየ ፡ ውእቱኬ ፡ ባዕል ። እስመ ፡ ኅብስቶ ፡ ወሀበ ፡ ለምስኪን ። ወአኮ ፡ ለባዕል ፡ ዘይፈዲ ፡ ለዘወሀቦ ። መዊአ ፡ ወክብረ ፡ ይረክብ ፡ ዘወሀበ ፡ ህልያነ ። ወባሕቱ ፡ ነፍሶ ፡ የአትት ፡ ለዘነሥአ ።

9 He who shows mercy to the poor is himself rich; for he gives his bread to the needy, and not to the rich who pays back him who gave to him. He finds victory and

honour who gives gifts; but he removed the soul of him who took them.

10 አውፅእ ፡ እምእንግልገ ፡ ብእሴ ፡ ቀታሌ ፡
ወይትልዎ ፡ ሞት ። ወይፃእ ፡ ምስሌሁ ፡ ጋእዝ ፡
ወጽልእ ። እስመ ፡ ሶበ ፡ ይነብር ፡ ውስተ ፡
እንግልጋ ፡ ኵሎ ፡ ያኀሥረሥር ።

10 Throw out of the assembly the murderous man, and let death follow him; and let there go out with him strife and violence. For when he sits in the assembly, he dishonours everyone.

11 ያፈቅር ፡ እግዚአብሔር ፡ የዋኃ ፡ ልብ ።
ኅሩያን ፡ በኀቤሁ ፡ ኵሎሙ ፡ ንጹሐን ።
በከናፍሪሁ ፡ ይሬኢ ፡ ንጉሥ ።

11 God loves the meek-hearted; all the pure are acceptable to Him; with his lips the king governs.

12 ወአዕይንተ ፡ እግዚአብሔር ፡ የዐቅባ ፡
አእምሮ ። ወይሜንን ፡ ቃለ ፡ ኃጥእ ።

12 And the eyes of God watch over understanding; and the sinner repudiates a word.

13 ያመከኒ ፡ ወይብል ፡ ሶበ ፡ ይልእክዎ ፡ ሃከይ ፡
እንበሳ ፡ ሀሎ ፡ ውስተ ፡ ፍኖት ። ወውስተ ፡
መራኅብት ፡ ቀትል ።

13 The sluggard makes excuse, and says 'There is a lion in the street' when they send him; and 'In the squares there is a murderer.'

14 ግብ ፡ ዕሙቅ ፡ አፈ ፡ ነኪርት ፡ ወዘተጸልአ ፡
በኀበ ፡ እግዚአብሔር ፡ ይወድቅ ፡ ውስቴታ ።

14 The mouth of a strange woman is a deep pit; he who is hated by God will fall into it.

14a ወበፍናዌ ፡ እኩያት ፡ ቅድሜሁ ፡ ለብእሲ ፡
ወኢያፈቅር ፡ ይትገኃሥ ፡ እምኔሆን ። ወተግኅሦ ፡
መፍትው ፡ እምፍኖት ፡ ጸዋግ ፡ ወእኪት ።

14a And there are evil paths before a man, and he will not desire to turn away from them; and turning away is necessary from a perverse and evil way.

15 ኢየእምሮ ፡ አልዕለቶ ፡ ለልበ ፡ ወሬዛ ።
እስመ ፡ በትር ፡ ወመቅሠፍት ፡ ርኁቅ ፡ እምኔሁ ።

15 Lack of understanding exalts the heart of a youth; for the rod and punishment are far from him.

16 ዘይትዔገሎ ፡ ለነዳይ ፡ ብዙኃ ፡ ይሬሲ ፡
ጥሪቶ ፡ ይሁብ ፡ ለባዕል ፡ ወአኮ ፡ ለነዳይ ።

16 He who defrauds the poor makes many his possessions; he gives to the rich and not to the poor.

17 ኅበ ፡ ቃለ ፡ ጠቢባን ፡ አቅርብ ፡ እዝነከ ፡
ለአስምዒ ። ወስማዕ ፡ ቃለ ፡ ዚአየ ። ወልበከ ፡
አቅም ፡ ከመ ፡ ታእምር ፤ ከመ ፡ ሠናይ ፡ ውእቱ ።

17 Bring your ear close to the word of the wise, to hear it; and hear my word, and set your heart that you may understand that it is good.

18 እመ ፡ ወደይከ ፡ ውስተ ፡ ልብከ ፡
ያስተፌሥሐከ ፡ ኅቡረ ፡ በከናፍሪከ ።

18 If you lay it upon your heart, it will make you glad together on your lips.

19 ከመ ፡ ይኩንከ ፡ በእግዚአብሔር ፡ ፈድፋደ ፡
ተስፋከ ። ወየአምረከ ፡ ፍኖቶ ።

19 That your hope may be more in God, and that He may teach you His way.

20 ናሁ ፡ ጸሐፍኩ ፡ ለከ ፡ ትስልሥተ ። አንተኒ ፡
ጸሐፎሙ ፡ ውስተ ፡ ራኅበ ፡ ልብከ ።

20 Behold, I have written for you three times; and do you write them on the tablet of your heart.

21 እሜህረከ ፡ ህልወ ፡ ቃለ ። ጽድቅ ፡ ለእለ ፡ ይሴአሉከ ።

21 I am teaching you a true word – righteousness to those who ask you.

22 ኢትትዔገሎ ፡ ለነዳይ ፡ እስመ ፡ ምስኪን ፡ ውእቱ ። ወኢትትመንን ፡ ድውየ ፡ በአንቀጽ ።

22 Do not maltreat the poor because he is needy; and do not spurn the weak man in the gate.

23 እስመ ፡ እግዚአብሔር ፡ ይፈትሕ ፡ ኰነኔሁ ። ወይባልሖ ፡ ወይትቤቀል ፡ ሎቱ ።

23 For God judges his judgment; and He snatches him away, and exacts venguance on him.

24 ኢትኩን ፡ መጽመሮ ፡ ለብእሲ ፡ መግእዝ ። ኢትኅደር ።

24 Do not be companion to a hot-tempered man; do not dwell.

25 ከመ ፡ ኢትምህር ፡ ፍኖቶ ። ወተንሥእ ፡ መሥገርተ ፡ ለነፍስከ ።

25 That you may not learn his way, or take a trap for your soul.

26 ኢተኀብር ፡ እስከ ፡ ለሕቢት ፡ በሐፌረ ፡ ገጽ፡

26 (Do no give yourself) as surety with shame of face.

27 እመ ፡ አልብከ ፡ በኀበ ፡ ትፈዲ ። ይነሥኡ ፡
ከዳነከ ፡ ዘታሕተ ፡ ገቦከ ።

27 If you do not have the wherewithal to pay, they will take your blanket which is under your flank.

28 ኢትንሥት ፡ ሥርዐተ ፡ ዘአንበሩ ፡ አበዊከ ።

28 Do not remove the ordinance which your fathers set up.

29 ጥዩቅ ፡ ብእሲ ፡ ወበሊሕ ፡ በምግባሩ ።
ለነገሥት ፡ ሀለዎ ፡ ይቅረብ ። ወኢይቀውም ፡
ለሰብእ ፡ ፅቡሳን ።

29 A perceptive and sharp man in his actions should stand close to kings; and he should not stand with insignificant men.

Chapter 23

1 ለእመ ፡ ነበርከ ፡ ትድረር ፡ ውስተ ፡ ማእደ ፡
መኳንንት ፡ አእምሮ ፡ አእምር ፡

1 If you sit down to dine at the table of rulers, know indeed what they are offering you.

2 ዘከማሆሙ ፡ ሀለወከ ፡ ታሰተዳሉ ።

2 ...., that like them you should prepare.

3 እመሰ ፡ ነዳይ ፡ አንተ ፡ ኢትፈቱ ፡ ማእደ ፡
መኰንን ፡ ዝውእቱ ፡ ኅብስተ ፡ ሐሰት ።

3 If you are poor, do not desire the board of the ruler; this is false bread.

4 ኢትትአከል ፡ እንዘ ፡ ነዳይ ፡ አንተ ፡ ምስለ ፡
ባዕል ፡ ወበሕሊናከ ፡ ተረሐቅ ።

4 Do not vie, when you are poor, with the rich; and in your outlook keep your distance.

5 ሶበ ፡ ይሰርር ፡ ዐይንከ ፡ ወኢትረክቦ ። እስመ ፡
ተደለወ ፡ ሎቱ ፡ ክንፍ ፡ ዘንስር ፤ ወይገብእ ፡
ውስተ ፡ ቤት ፡ ዘይቀውም ።

5 When your eye flies up, you will not find it. For there has been prepared for him the wing of an eagle, and he will return to the house which stands.

6 ኢትደረር ፡ ምስለ ፡ ብእሲ ፡ መታሒ ።

6 Do not dine with an insincere man.

7 ከመ ፡ ዘይውሕጥ ፡ አሥዕርተ ፡ ከማሁ ፡ ይበልዕ ፡ ወይሰቲ ።

7 As one who swallows hairs, so he eats and drinks.

8 ወከቤክኒ ፡ ኢታብእ ፡ ወኢትብላዕ ፡ ኅብስተ ፡ ምስሌሁ ። ብላዕ ፡ ወስተይ ፡ ይብለከ ፡ ወልቡሰ ፡ ኢሀሎ ፡ ምስሌከ ፡ ይቀይዕ ፡ ወያማስን ፡ ነገረከ ። ሠናየ ።

8 Do not bring him in to you, and do not eat bread with him. 'Eat and drink' he says to you, but his heart is not with you. He is sick, and destroys your good word.

9 ውስተ ፡ እዝነ ፡ አብድ ፡ አልቦ ፡ ዘትነግር ። ከመ ፡ ኢይመንን ፡ ቃለከ ፡ ሠናየ ።

9 In the ear of a fool speak nothing, that he may not turn your good word.

10 ወልድየ ፡ ኢታፍልስ ፡ ድውለ ፡ ገራህት ፡ ዘአንበሩ ፡ አበዊከ ። ወውስተ ፡ ጥሪተ ፡ እጓለ ፡ ማውታ ፡ ኢትባእ ።

10 My son, do not remove the field-boundary which your fathers set up; and do not enter into the property of an orphan.

11 እስመ ፡ ዘይባልሖሙ ፡ እግዚአብሔር ፡ አዚዝ ፡ ውእቱ ። ወይኰንን ፡ ኰነኔሆሙ ፡ ምስከ ።

11 For God who delivers them is strong, and He will judge their judgement with you.

12 ሀብ ፡ ለተግሣጽ ፡ ልብከ ። ወአስተዳሉ ፡ እዝንከ ፡ ለቃለ ፡ አእምሮ ።

12 Give your heart to correction, and prepare your car for the word of understanding.

13 ኢትትኀከይ ፡ ገሥጾ ፡ ደቂቅከ ። እመ ፡ ዘበጥኮ ፡ ኢይመውት ።

13 Do not be sluggish to correct your child; if you will beat him, he will not die.

14 አንተሰ ፡ ትዘብጦ ፡ በበትረ ፡ ወነፋሶ ፡ እሞት ፡ ትባልሖ ።

14 He will beat him with a stick, and rescue his sould from death.

15 ወልድየ ፡ እመ ፡ ጠቢበ ፡ ኮነ ፡ ልብከ ፡ ያስተፌሥሖ ፡ ዓዲ ፡ እንቲአየ ፡ ልበ ።

15 My son, if your heart becomes wise, it will gladden also my own heart.

16 ወይትሐሰይ ፡ ኵልያትየ ፡ በነገርከ ። እመ ፡
ነበረ ፡ ቃል ፡ በከናፍሪከ ። ለከናፍረ ፡ ዚአየ ፡
ርቱዐተ ፡ ይከውኖን ።

16 And my reins will rejoice at your word. If a word dwells on your lips, it will be right for my lips.

17 ኢይቅናእ ፡ ልብከ ፡ ለኃጥአን ። አላ ፡
በፍርሃተ ፡ እግዚአብሔር ፡ ሀሎ ፡ ኵሎ ፡ ዕለተ ።

17 Let not your heart envy sinners; but be in fear of God all the day.

18 እመ ፡ ዕቀብኮን ፡ ይከውናከ ። ትዝምደ ።
ወተስፋከ ፡ ኢተአትት ።

18 If you keep them, there will be to you offspring, and your hope will not fail.

19 ስምዕ ፡ ወልድየ ፡ ወጠቢበ ፡ ኩን ። ወአርትዕ ፡
ሕሊና ፡ ልብከ ።

19 Listen, my son, and become wise; and set straight the intention of your heart.

20 ኢትኩን ፡ ሰታዬ ፡ ወኢትኩን ፡ ተሣያጤ ፡
ሥጋ ፡ ሐኖት ።

20 Do not become a drinker, and do not become a buyer of tavern meat.

21 ኵሉ ፡ ሰታዬ ፡ ወተሠያጤ ፡ ሥጋ ፡ ሐኖት ፡
ይነዲ ። ወይለብስ ፡ ስጡጠ ፡ ወአጽርቅተ ፡ ኵሉ ፡
ነዋሚ ።

21 Every drinker and trader in tavern meat becomes poor; and every sleephead is clothed in rags and tatters.

22 ስማዕ ፡ ወልድየ ፡ አቡከ ፡ ዘወለደከ ።
ወኢታስተ ፡ አኪያ ፡ እመ ፡ ርስዐት ፡ እምከ ።

22 Listen, my son, to your father who begat you; and do not ill-treat your mother when she is old.

23 [*missing*]

24 ሠናየ ፡ ያልህቅ ፡ አብ ፡ ጻድቅ ። ወበወልድ ፡
ጠቢብ ፡ ትትፌሣሕ ፡ ነፍስ ።

24 A just father brings up well; and a soul rejoices in a wise son.

25 ይትፌሥሑ ፡ አቡከ ፡ ወእምከ ፡ ብከ ።
ወትትኃሠይ ፡ እንተ ፡ ወለደተከ ።

25 Let your father and your mother rejoice in you; and let her who bore you be glad.

26 ሀበኒ ፡ ወልድየ ፡ ልበከ ፡ ወአዕይንቲከ ፡
ፍናወ ፡ ዚአየ ፡ ይዕቀባ ።

26 Give me your heart, my son; and let your eyes keep my ways.

27 ፀዕድ ፡ ስቍረት ፡ ዘማዊት ። ወዓዘቅት ፡
ጸቢብ ፡ ነኪርት ።

27 A whore is a leaky pot; and a strange woman is a narrow cistern.

28 ዘሖረ ፡ ኀቤሀ ፡ ፍጡነ ፡ ይትሐጐል ። ወኵሉ ፡
ዘከመዝ ፡ የሐልቅ ።

28 He who goes to her is suddenly destroyed; and everyone who is like that is consumed.

29 ወልድየ ፡ ለመኑ ፡ ወይሌ ፡ ወለመኑ ፡ ሀከከ ፡
ወለመኑ ፡ ኵነኔ ። ለመኑ ፡ ጋእዝ ። ወለመኑ ፡
ገዕስ ። ወለመኑ ፡ ቅጥቃጤ ፡ በከንቱ ። ወለመኑ ፡
ስጉድ ፡ አዕይንቲሁ ።

29 My son, who has woe? And who has commotion? And who has judgement? And who has strife? And who has contention? And who has ruin in vain? And who has lividness of the eyes?

30 ኢኮነ ፡ ለእለ ፡ የኃትቱ ፡ ወይመጽኡ ፡ ኀበ ፡
ይትቀዳሕ ፡ ወይን ። ኢኮኑ ፡ ለእለ ፡ አሰረ ፡
ይትልዉ ፡ ወእደ ፡ ይከውን ፡ ሰንቤል ።

30 Are they not to those who search out and come to where the wine is being seing mixed? Are they not to those who follow the track to where there is aromatic spice?

31 ኢትስክሩ ፡ ወይነ ፡ አላ ፡ ተናገሩ ፡ ምስለ ፡
ሰብእ ፡ ጻድቃን ። ወተናገሩ ፡ በነሶሳው ። እመ ፡
ውስተ ፡ ፍያላት ፡ ወጽዋዐት ፡ ወሀብከ ፡ ዐይንከ ፡
ድኅረ ፡ ተሐውር ፡ ዕሪቅከ ፡ ከመ ፡ ናኅስ ።

31 Be not drunk with wine, but converse among righteous men, and converse in strolling. If you have set your eye on phials and cups, afterwards you will walk naked as a roof.

32 ወደኃሪታ ። ከመ ፡ ንስክተ ፡ አርዌ ፡ ምድር ፡
ትስፋሕ ። ወከመ ፡ ዘእምቃግስት ፡ ይሰብቦ ፡
ሕምዙ ።

32 And at its end it spreads out like the bite of a snake; and as if from a viper its poison flows out to him.

33 አዕአንቲከ ፡ ሶቤሃ ፡ ይሬእያ ፡ ነኪርተ ።
ውእተ ፡ ሶቤ ፡ አፉከ ፡ ይነብብ ፡ ጠዋየ ።

33 When your eyes see a strange woman, then your mouth will speak crooked things.

34 ወትሰክብ ፡ ከመ ፡ ዘውስተ ፡ ልበ ፡ ባሕር ።
ወከመ ፡ ዘየሐድፍ ፡ ውስተ ፡ ብዙኅ ፡ ሞገደት ።

34 And you will lie like one who is in the midst of the sea, and like a steerman in a heavy swell.

35 ወትብል ፡ ዘበጡኒ ፡ ወኢያእምርኩ ፤ ሶበኒ ፡ ውእቱ ፡ ዘበጠ ፡ ኢየአምር ፡ ዘዘበጦ ።

35 And you will say 'They struck me and I did not feel it'; when he has struck, he does not understand that he struck him.

35a ወዓዲ ፡ ይብል ፡ ተሣለቁ ፡ ላዕሌየ ፡ አንሰ ፡ ኢያእመርኩ ። ወማእዜ ፡ ይከውን ፡ ነግሀ ። ከመ ፡ እምጻእ ፡ እኅሥሥ ፡ ምስለ ፡ እለ ፡ አሐውር ።

35a And also he says 'They sported against me, but I did not understand.' And 'When will it be dawn, that I may come and seek those with whom I may go?'

Chapter 24

1 ወልድየ ፡ ኢትትቀሐው ፡ እኩያነ ፡ ሰብአ ፡
ወኢትፍቱ ፡ ሀልዎ ፡ ምስሌሆሙ ።

1 My son, do not be envious of evil men; and do not desire to be with them.

2 እስመ ፡ ሐሰተ ፡ ትትመሀር ፡ ልቦሙ ። ወጻማ ፡
ወሕማመ ፡ ይነብባ ፡ ከናፍሪሆሙ ።

2 For their heart studies fraud; and their lips talk of toil and of oppression.

3 ምስለ ፡ ጥበብ ፡ ይትሐነፅ ፡ ቤት ። ወምስለ ፡
አእምሮ ፡ ይትነሣእ ።

3 With wisdom a house is built; and with understanding it is erected.

4 ወምስለ ፡ ጠይቆ ፡ ይመልእ ፡ መዛግብት ።
ወኵሉ ፡ ክብር ፡ ወብዕል ፡ ሠናይ ።

4 And with understanding traasuries are filled; and with all honour and good wealth.

5 ይኄይስ ፡ ጥበብ ፡ እምጽንዕ ። ወብእሲ ፡ ዘቦ ፡
አእምሮ ፡ እምወፍር ፡ ዐቢይ ።

5 Wisdom is better than strength, and a man with understanding in him than a big farm.

6 በሕዳፄ ፡ ይከውን ፡ ፀብእ ። ወረድኤት ፡
ምስለ ፡ ልብ ፡ መካሪ ።

6 War is with (sound) guidance; and help with a counselling heart.

7 አብድ ፡ ውስተ ፡ ዐንቀጽ ፡ ኢይከሥት ፡
አፉሁ ። ጠበብት ፡ ኢይትገኃሡ ፡ እምቃለ ፡
እግዚአብሔር ።

7 A fool in the gate does not open his mouth; and the wise do not deviate from the word of God.

8 አላ ፡ ይኄልው ፡ ኅቡረ ፡ ለአብዳን ፡
ይዳደቆሙ ፡ ሞት ።

8 But they are reckoned together; death meets fools.

9 ይመውት ፡ አብድ ፡ በኃጣውእ ። ምክረ ፡
ዕበድ ፡ ኃጢአት ፡ ወሰቆራር ። ለብእሲ ፡ እኩይ ።

9 A fool dies in sins; the counsel of foolishness is sin, and evil is an abomination to a man.

10 በዕለተ ፡ ምንዳቤ ፡ ወዕለተ ፡ እኪት ፡ እስከ ፡
የሐልቅ ፡

10 In the day of adversity and the day of evil, until he perishes.

11 ይትዔገሦ ፡ ፈጣሪሁ ፡ አድኅን ፡ እለ ፡
ይስሕቡ ፡ ውስተ ፡ ሞት ። ወጠሣየጦሙ ፡ ለእለ ፡
ይትቀተሉ ፡ ወኢትምሐከሙ ።

11 His Creator suffers him. Beliver those who are being dragged to death, and buy back those who are being killed, and do not spare.

12 እመሰ ፡ ትቤ ፡ ኢየአምሮ ፡ ለዝ ፡ አእምር ፡
ከመ ፡ እግዚአብሔር ፡ የአምር ፡ ልበ ፡ ኵሉ ።
ወዘገብረ ፡ እስትንፋሰ ፡ ኵሉ ፡ የአምር ፡ ኵሎ ።
ወዘይፈድዮ ፡ ለኵሉ ፡ በከመ ፡ ምግባሩ ።

12 If you say 'I do not understand this', know that God understands the heart of all. He that made the spirit of all understands everything, and Who pays back to all according to his works.

13 ወልድየ ፡ ብላዕ ፡ መዐረ ፡ እስመ ፡ ሠናይ ፡
ውእቱ ። ወጥዑም ፡ ጸቃውዕ ፡ ለጕርዔከ ።

13 My son, eat honey, for it is good; and honeycomb is sweet to your throat.

14 ከማሁ ፡ ጥበበ ፡ ወአእምሮ ፡ ለእመ ፡ ረከብከ ፤
ወተስፋ ፡ ኢተኃድገከ ።

14 Thus, if you have found wisdom and understanding, and hope will not desert you.

15 ኢታብእ ፡ ረሲዐነ ፡ ውስተ ፡ መካነ ፡ ጻድቃን ።
ወኢትስሐት ፡ በጽጋበ ፡ ከርሥከ ።

15 Do not bring the wicked into the place of the righteous; and do not err in the satiety of your stomach.

16 ሰብዓ ፡ ይወድቅ ፡ ጻድቅ ፡ ወይትነሣእ ፡
ረሲዐንሰ ፡ ይወድቁ ፡ በእኩይ ።

16 Seven times the righteous falls and rises up again; but the wicked fall in evil.

17 እመ ፡ ወድቀ ፡ ጸላኢከ ፡ ኢትትፌሣሕ ፡ ቦቱ ።
ወበዕቅፍቱ ፡ ኢትዘሀር ።

17 If your enemy falls, do not be glad at it; and at his stumbling do not boast.

18 እስመ ፡ ይሬኢ ፡ እግዚአብሔር ፡
ወኢይኤድሞ ። ወይመይጥ ፡ መዐቶ ፡ እምኔሁ ።

18 For God sees, and it does not please Him; and He turns His wrath from him.

19 ኢትትፌሣሕ ፡ በገበርተ ፡ እኪት ።
ወኢትቅናዕ ፡ ላዕለ ፡ ኃጥአን ።

19 Do not rejoice at the doers of evil; and be not envious of sinners.

20 እስመ ፡ ኢትደልዎሙ ፡ ምክር ፡ ሠናይት ፡
ለእኩያን ። ብርሃነ ፡ ረሲዐን ፡ ይጠፍእ ፤

20 For good counsel does not become evil men; the light of the wicked is extinguished.

21 ፈርሆ ፡ ለእግዚአብሔር ፡ ወልድየ ፡ ወለንጉሥ ፡ ወኢለአሐዱ ፡ እምኔሆሙ ፡ ኢትትዐበይ ።

21 Fear God, my son, and the king; and do not magnify yourself against one of them.

22 እስመ ፡ እሙንቱ ፡ ይትቤቀልዎሙ ፡ ግብተ ፡ ለረሲዐን ። ወኵነኔ ፡ ክልኤሆሙ ፡ መኑ ፡ የአምር ።

22 For they requite the wicked suddenly; and the judgement of them both who knows?

22a ወልድ ፡ ዘየዐቅብ ፡ ቃለ ፡ እምተሐጕሎ ፡ ርሑቅ ፡ ውእቱ ። ዘሰ ፡ ይትዌከፍ ፡ ተወክፎ ፡ ሎቱ ።

22a A son who keeps a word is far from destruction; he who receives – it is receiving for him.

22b ምንትኒ ፡ ሐሰት ፡ እምልሳነ ፡ ንጉሥ ፡ ኢይትበሃል ። ወአልቦ ፡ ሐሰት ፡ እምልሳኑ ፡ ዘይወፅእ ።

22b Let nothing false be spoken from the tongue of the king; and let there be nothing false which comes forth from his tongue.

22c መጥባሕት ፡ ልሳነ ፡ ንጉሥ ፡ ወአኮ ፡ እንተ ፡ አባል ። ለዘ ፡ ተውህበት ፡ ትቀጠቅጥ ።

22c The tongue of the king is a sword, and not of flesh; it kills him to whom it is given.

22d እመሰ ፡ ትሰሕለት ፡ መዐቱ ፡ ምስለ ፡ ስረዊሁ ፡ ሰብአ ፡ ተሐልቅ ።

22d In his wrath is whetted, it destroys a man with his sinew.

22e ወአዕፅምተ ፡ ሰብእ ፡ ተሐቂ ። ወታውዒ ፡ ከመ ፡ ነበልባል ፡ እስከ ፡ ኢይትበላዕ ፡ እምእጓለ ፡ አንስርት ።

22e And it gnaws the bones of men, and burns like a flame, so that it is not eaten by the young of eagles.

23 ዘንተ ፡ አየድእከሙ ፡ ለጠቢባን ፡ ከመ ፡ ተእምሩ ። ገጸ ፡ ሐፊር ፡ በፍትሕ ፡ አኮ ፡ ሠናይ ።

23 These things I tell to you, the wise, that you may understand; to shame a face in judgement is not good.

24 ዘይብሎ ፡ ለረሲዕ ፡ ጻድቅ ፡ ውእቱ ፡ ርጉመ ፡ ይከውን ፡ ለሕዝብ ፡ ወጽልአ ፡ ለአሕዛብ ።

24 He who says to the sinner that he is righteous becomes accursed to the nation, and hated of the peoples.

25 እለሰ ፡ ይፈትሑ ፡ በጽድቅ ፡ ያሤንዩ ፡
አስተርእዮተ ፡ ከናፍሪሆሙ ፡ ላዕሌሆሙ ፡
ትምጽእ ፡ በረከት ፡ ሠናይት ።

25 Those who judge with righteousness make good the aprearance of their lips; upon them will come a good blessing.

26 እስመ ፡ ከናፍሪሆሙ ፡ ፈተዋ ፡ አውሥአተ ፡
ቃል ፡ ርቱዐ ።

26 For their lips desire the right answering of a word.

27 አስተዳሉ ፡ ለመንገድከ ፡ ምግባሪከ ።
ወተደለው ፡ ውስተ ፡ ወፍር ። ወትሉ ፡ ደኅሬየ ፡
ወታነሥእ ፡ ቤተከ ።

27 Prepare your works for your journey, and he prepared in the field; and follow after me, and you will build up your house.

28 ኢትኩን ፡ ሰማዕተ ፡ ሐሰት ፡ ላዕለ ፡ ሰብእ ፡
ብሔርከ ። ወኢትጌጊ ፡ በከናፍሪከ ።

28 Do not be a false witness against men of your country; and do not err with your lips.

29 ወኢትበል ፡ በከመ ፡ ረሰየኒ ፡ እሬስዮ ።
ወእፈድዮ ፡ ዘከመ ፡ ገፍዐኒ ።

29 And you shall not say 'As he has done to
me, so will I do to him.' And 'I shall reward
him according as he has wronged me.'

30 ላዕለ ፡ ገራህተ ፡ ብእሲ ፡ ሀካይ ፡ ኃለፍኩ ።
ወኀበ ፡ ዐፀደ ፡ ወይነ ፡ ብእሲ ፡ ነዳየ ፡ አእምሮ ፡
ሐርኩ ።

30 I passed by the field of the slothful man,
and went to the vineyard of the man in
understanding.

31 ወናሁ ፡ ርኢኩ ፡ በቈለ ፡ ኵለንታሁ ፡ ሦክ ።
ወከደነ ፡ ገጾ ፡ ሣዕር ፡

31 And behold, I saw all of it grow up
thistles; and grass covered its face.

32 ሶቤሃ ፡ ነሣእኩ ፡ አነ ፡ ተግሣጸ ።

32 Immediately I myself took instruction.

33 ሕቀ ፡ ንዋም ፡ ወሕቀ ፡ ድቃስ ። ወሕቀ ፡
አስተጋብኦ ፡ እድ ፡ ዲበ ፡ እንግድዐ ።

33 A little sleep, and a little dozing, and a
little folding of the hand upon the breast,. . .

34 ወእመ ፡ ዘንተ ፡ ገበርከ ፡ ትመጽእ ፡ እንዘ ፡
ተሐውር ፡ ንዴት ፡ ወተፅናስ ፡ ከመ ፡ ኄር ፡
ረዋጺ ።

34 ... and if you do this, poverty will come
walking, and need like a good runner.

Chapter 25

1 ተግሣጸ ፡ ሰሎሞን ፡ እንበለ ፡ ኑፋቄ ፡ ዘጸሐፉ ፡
አዕርክቲሁ ፡ ለሕዝቅያስ ፡ ንጉሥ ፡ ይሁዳ ።

1 The instruction of Solomon, without division, which his friends wrote for Hezekiah, king of Judah.

2 ክብረ ፡ እግዚአብሔር ፡ የሀብእ ፡ ነውረ ።
ወስብሐተ ፡ ንጉሥ ፡ የሀትት ፡ ነገረ ።

2 The honour of God hides a blot, and the glory of a king searches out a thing.

3 ሰማይ ፡ ልዑል ፡ ወምድር ፡ ዕሙቅ ። ወልበ ፡
ንጉሥ ፡ ኢይትአመር ።

3 The heavens are high and the earth is deep; and the heart of a king cannot be known.

4 አጥርዮ ፡ ለብሩር ፡ ዘኢኮነ ፡ ፍቱነ ። ወይነጽሕ ፡
ፍጹመ ።

4 (Purify) silver which is not tested, and it will be clean completely.

5 ቅትል ፡ ረሲዓነ ፡ እምቅድመ ፡ ገጸ ፡ ንጉሥ ።
ወይረትዕ ፡ በጽድቅ ፡ መንበሩ ።

5 Kill the wicked from before the face of the king; and his throne will stand upright in righteousness.

6 ኢትዐበይ ፡ በቅድመ ፡ ንጉሥ ። ወኢትጻደቅ ፡ በቅድመ ፡ እግዚአብሔር ። ወውስተ ፡ መካነ ፡ መኳንንት ፡ ኢትቁም ።

6 Do not magnify yourself in the presence of the king, and do not make yourself righteous before God; and do not stand in the place of princes.

7 ይኄይስ ፡ ይብሉከ ፡ ዕርግ ፡ ኀቤነ ። እምኃሣር ፡ በቅድመ ፡ መኳንንት ፡ ዘርእየ ፡ አዕንቲከ ፡ ንግር ።

7 It is better that they should say to you 'Come up to us', than humiliation before princes. What your eyes have seen, that tell.

8 ኢትደቅ ፡ ውስተ ፡ ጋእዝ ፡ ፍጡነ ። ከመ ፡ ኢትትነስሐ ፡ በደኃሪትከ ።

8 Do not fall into a quarrel in haste, lest you repent at your last.

9 ቅስተ ፡ ተዋቀስ ፡ ምስለ ፡ ቢጽከ ። ወምስጢሮሰ ፡ ኢትክሥት ።

9 Fight your suit with your neighbour, and do not reveal a secret.

10 ከመ ፡ ኢይኄስከ ፡ ዐርክከ ። ጋእዝከሰ ፡ ወጽልእከ ፡ ኢያርኅቀከ ፡ እምኔሁ ፡ እመ ፡ ኢከሠትከ ፡ ምሥጢሮ ። እመሰ ፡ ከሠትከ ፡ ምሥጢሮ ፤ ይከውነከ ፡ መጠነ ፡ ሞት ።

10 That your companion may not reproach you. Your quarrel and your enmity will not put you far from him, if you have not revealed a secret. If you have revealed a secret, it will be to you as death.

10a ጸጋ ፡ ወታእኃ ፡ ያግዕዝ ። ባሕቱ ፡ ተዐቅብ ፡ ርእሰከ ፡ ከመ ፡ ኢትኩን ፡ ዝንጕገ ፡ ተዐቀብ ፡ ፍናዊከ ፡ በሥነ ፡ ምግባር ።

10a Grace and brotherhood make free; but watch yourself, that you may not become an object of reproach. Keep your ways in the excellence of works.

11 ኮላ ፡ ወርቅ ፡ ውስተ ፡ ድደ ፡ ብሩር ። ከማሁ ፡ ብሂለ ፡ ቃል ፡ በበገጹ ።

11 A golden apple in a setting of silver – so is the speaking of a word face to face.

12 ወውስተ ፡ ውፅቦ ፡ ወርቅ ፡ ዕንቈ ፡ ስርድዮስ ፡ ዘብዙኅ ፡ ሤጡ ፡ ውዱድ ። ዘለፉ ፡ ጠቢብ ፡ ውስተ ፡ እዝን ፡ ዘይሰምዕ ፡ ሠናይ ።

12 And a sardine stone of great value set in an earring of gold – the reproof of the wise in the ear of him who hears is good.

13 ከመ ፡ ፀአተ ፡ አስሐትያ ፡ በማእረር ፡ በመርቄ ፡ ይደሉ ። ከማሁ ፡ ሐዋርያ ፡ ምእመን ፡ ለእለ ፡ ፈነውዎ ። እስመ ፡ ለነፍሰ ፡ እለ ፡ ይረድእዋ ፡ ይበቍዕ ።

13 As a fall of snow in harvest time is befitting in the hot season – so is a trusty messenger to those who sent him, for he benefits the soul of those who help him.

14 ከመ ፡ ነፋሳት ፡ ወደመናት ፡ እለ ፡ አልቦሙ ፡ ዝናመ ። ከማሁ ፡ እለ ፡ ይትሜክሑ ፡ በሀብት ፡ ሐሰው ።

14 Like winds and clouds which contain no rain – so are those who boast of a false gift.

15 በትዕግሥት ፡ ይትሜከር ፡ መልአክ ። ልሳን ፡ ድኅምት ፡ ትሰብር ፡ አዕፅምተ ።

15 By patience a messenger is taught; a soft tongue breaks bones.

16 ወልድየ ፡ እመ ፡ ረከብከ ፡ መዐረ ፡ ብላዕ ፡ በዓቅም ። ከመ ፡ ኢትፅግብ ፡ ወኢትቂዕ ።

16 My son, if you find honey, eat in moderation, lest you get sated, and vomit.

17 ጕንዱየ ፡ አብጽሕ ፡ እገረከ ፡ ኀበ ፡ ዓርክከ ።
ከመ ፡ ኢይጽግብከ ፡ ወኢይጽላእከ ።

17 Seldom bring your foot to your companion, lest he get fed up with you and hate you.

18 በትር ፡ ወመጥባሕት ፡ ማኅዝን ። ከማሁ ፡
ዘይከውን ፡ ስምዐ ፡ ላዕለ ፡ ዐርኩ ፡ በሐሰት ።

18 A club and an afflicting dagger – so is he who becomes a witness against his friend falsely.

19 ፍኖተ ፡ እከይ ፡ ወእገረ ፡ ኃጥእ ፡ ይትሐጐል ፡
በዕለት ፡ እኪት ።

19 The way of wickedness and the foot of the sinner are destroyed on the evil day.

20 ከመ ፡ ብሑእ ፡ ኢይደልዎ ፡ ለቍስል ።
ከማሁ ፡ ነውረ ፡ ዘወረደ ፡ ላዕለ ፡ ሥጋ ፡
መሕዝን ፡ ለልብ ። ከመ ፡ ቍንቍኔ ፡ ለልብስ ፡
ወከመ ፡ ነቀዝ ፡ ለዕፅ ፡ ከማሁ ፡ ለብእሲ ፡
ታመስን ፡ ልቦ ።

20 As vinegar does not suit a wound, so a misfortune which comes upon the flesh is sorrow to the heart. As a moth to a garment, and as a worm to wood, so sorrow to a man – it destroys his heart.

21 እመ ፡ ርኅበ ፡ ጸላኢከ ፡ አብልዖ ። ወእመ ፡
ጸምአ ፡ አስትዮ ።

21 If your enemy is hungry give him to eat; and if he thirsts give him to drink.

22 ወዘንተ ፡ ለእመ ፡ ትገብር ፡ አፍሐመ ፡ እሳት ፡
ታስተጋብእ ፡ ዲበ ፡ ርእሱ ። ወእግዚአብሔር ፡
የዐሥየከ ፡ ሠናየ ።

22 And if you do this, you will heap burning coals upon his head; and God will reward you with good.

23 ነፋስ ፡ ሰሜናዊ ፡ ያነሥእ ፡ ደመና ። ወገጸ ፡
ዘኢየኃፍር ፡ ያስዓዝዝ ፡ ልሳነ ።

23 The north wind raises cloud; and a face which is not ashamed arouses the tongue.

24 ይኄይስ ፡ ኅዲር ፡ ውስተ ፡ ማዕዘንተ ፡ ናኅስ ፡
እምስለ ፡ ብእሲት ፡ ጸአሊት ፡ ውስተ ፡ ቤት ፡
ርሱይ ።

24 It is better to live on a roof corner than with a scolding wife in an ornate house.

25 ከመ ፡ ማይ ፡ ቈሪር ፡ ለነፍስ ፡ ጽምእት ፡
አዳም ። ከማሁ ፡ ዜና ፡ ሠናይ ፡ እምድር ፡
ርኁቅ ።

25 As cold water to a thirsty soul is pleasant – so is good news from a distant land.

26 ከመ ፡ ዘይደፍን ፡ ዐዘቅተ ፡ ማይ ፡ ወያመስን ፤
ከማሁ ፡ አኮ ፡ ሠናይ ፡ ይደቅ ፡ ጻድቅ ፡
በቅድመ ፡ ረሲዐን ።

26 As one who blocks a water source and destroys it – so it is not good that the righteous should fall before the wicked.

27 በሊዐ ፡ መዐር ፡ ብዙኀ ፡ አኮ ፡ ሠናይ ።
አክብሮ ፡ ርቱዕ ፡ ቃለ ፡ ስቡሐ ። ወሐቴተ ፡
ክብረ ፡ ክቡር ።

27 To eat much honey is not good. It is right to honour a praised word, and to search out the glory of the glorious.

28 ከመ ፡ ሀገር ፡ እንተ ፡ ንሕለ ፡ ጥቅማ ፡
ወአልባ ፡ ጥቅመ ። ከማሁ ፡ ብእሲ ፡ ዘእንበለ ፡
ምክር ።

28 As a city whose wall is destroyed, and has no wall – so is a man who is without counsel.

Chapter 26

1 ከመ ፡ ጠል ፡ በማእረር ፡ ወዝናም ፡ በሐጋይ ። ከማሁ ፡ ለአብድ ፡ አልቦ ፡ ክብረ ።

1 Like a dew in harvest-time, and rain in summer – so there is no honour to a fool.

2 ከመ ፡ አዕዋፍ ፡ ዘይሰርር ፡ ወስራርያት ። ከማሁ ፡ መርገም ፡ ዘበከንቱ ፡ ኢይበጽሕ ፡ ኀበ ፡ መኑሂ ።

2 Like a bird which flies, and flying creatures – so is a vain curse which does not light upon anyone.

3 ከመ ፡ ስወጥ ፡ ለፈረስ ፡ ወቅትራት ፡ ለአድግ ። ከማሁ ፡ በትር ፡ ለሕዝብ ፡ ኃጥእ ።

3 As the whip to a horse, and the goad to an ass – so is the rod to a sinful people.

4 ወልድየ ፡ ኢታውሥእ ፡ ለአብድ ፡ በከመ ፡ እበደ ፡ ዚአሁ ። ከመ ፡ ኢትኩን ፡ ከማሁ ።

4 My son, do not answer a fool according to his folly, lest you become like him.

5 ተሠጠዎ ፡ ለአብድ ፡ በከመ ፡ ዕበዱ ፡ ከመ ፡ ኢይምሰሎ ፡ ጠቢበ ፡ ለርእሱ ።

5 Answer a fool according to his folly, that he may not seem wise to himself.

6 በእግረ ፡ ዚአሁ ፡ ይገብር ፡ ኃሣረ ፡ ዘይፌኑ ፡
ነገራተ ፡ በእደ ፡ አብድ ።

6 With his foot he effects ignomity, who sends word by the hand of a fool.

7 እግረ ፡ ቍየጺሁ ፡ ሐንካስ ። ወአበሳ ፡ እምአፈ ፡
አብዳን ።

7 The foot of a lame man is lame; and an offence from the mouth of fools.

8 ዘይወዲ ፡ እብነ ፡ ዲበ ፡ ሞጸፍ ። ከማሁ ፡
ይመስል ፡ ዘይሁቦ ፡ ለአብድ ፡ ክብረ ።

8 He who throws a stone in a sling – so like to him is the man who gives honour to a fool.

9 አሥዋክ ፡ ይበቍል ፡ ውስተ ፡ እደ ፡ ሰካሪ ፡
ወተቀንዮ ፡ ውስተ ፡ እደ ፡ አብዳን ።

9 Thorns grow in the hand of the drunkard, and service in the hand of fools.

10 ብዙኃ ፡ ትትሀወክ ፡ ነፍሰ ፡ አብድ ። እስመ ፡
ትትለወስ ፡ ሕሊናሆሙ ።

10 The soul of a fool is much troubled; for their intention is confounded.

11 ከመ ፡ ከልብ ፡ ዘይገብእ ፡ ዲበ ፡ ቂያኡ ።
ወጽሉአ ፡ ይከውን ። ከማሁ ፡ አብድ ፡ በእከየ ፡
ዚአሁ ፡ ዘይትመየጥ ፡ ውስተ ፡ ኃጢአቱ ።

11 Like a dog which returns to its vomit, and becomes hated; so is the fool in his sin, who returns to his misdoing.

11a ወቦ ፡ ኀፍረት ፡ እንተ ፡ ታመጽእ ፡ ኀጢአተ ። ወቦ ፡ ኀፍረት ፡ እንተ ፡ ታመጽእ ፡ ክብረ ፡ ወስብሐተ ።

11a And there is shame which brings sin, and there is shame which brings honour and praise.

12 ርኢኩ ፡ ብእሲ ፡ ዘይብል ፡ ርእሶ ፡ ጠቢበ ። ረከበ ፡ ተስፋ ፡ አብድ ፡ ፈድፋደ ፡ እምኔሁ ።

12 I saw a man who says that he is wise; the fool has found hope more than he.

13 ይብል ፡ አብድ ፡ ሶበ ፡ ይልእክዋ ፡ ውስተ ፡ ፍኖት ፤ ሀሎ ፡ አንበሳ ፡ ውስተ ፡ ፍኖት ፡ ወውስተ ፡ መራኅብት ፡ ቀትል ።

13 The fool says, when people send him into the street, 'There is a lion in the street, and a murderer in the market-place.'

14 ከመ ፡ ማዕጾ ፡ እንተ ፡ ተዐውድ ፡ ዲበ ፡ ድርኵኵታ ። ከማሁ ፡ ሃካይ ፡ በውስተ ፡ ምስካቢሁ ።

14 As a door which turns on its hinges – so does a sluggard on his bed.

15 ኃብአ ፡ ሃካይ ፡ እዴሁ ፡ ውስተ ፡ ሕፅኑ ።
ወየሐምሞ ፡ አቅርቦ ፡ እዴሁ ፡ ውስተ ፡ አፉሁ ።

15 The sluggard hides his hand in his bosom, and it troubles him to bring his hand close to his mouth.

16 ጠቢብሰ ፡ ሃካይ ፡ እምጽጉብ ፡ ይወስድ ፡
ሲሳየ ።

16 But the wise slugrard derives food from plenty. (The sluggard is wiser in his own eyes than he who derives food in satiety).

17 ከመ ፡ ዘይእኀዝ ፡ እዝነ ፡ ከልብ ፡ ከማሁ ፡
ዘይቀውም ፡ ለነቢበ ፡ ባዕድ ።

17 Like one who grasps a dog's ear – like him is the man who champions another's case.

18 ከመ ፡ ዘይጌጉእ ፡ ለመዊት ፡ ዘተነድፈ ፡
በአሕፃ ፡ ወዘተቃደመ ፡ ለነገር ፡ ይቀድም ፡
ወዲቀ ።

18 As one who hastens to a mortal who has been wounded by an arrow – and he who is first in word is first to fall.

19 ከማሁ ፡ ኵሎሙ ፡ እለ ፡ የሀብሉ ፡
አዕርክቲሆሙ ። እምከመ ፡ አእምርዎሙ ፡ ይብሉ ፡
ከመ ፡ በስሐቅ ፡ ገበርነ ።

19 Like him are all those who deceive their friends; if they detect them, they say 'We did it as a joke!'

20 በኃጢአ ፡ ዕፀው ፡ ይጠፍእ ፡ እሳት ። ወኀበ ፡
ኢሀሎ ፡ መዐትም ፡ የኃሥእ ፡ ጋእዝ ።

20 For lack of wood a fire is extinguished; and where there is no quarrelsome man, strife subsides.

21 አፍሓም ፡ ለመጥበስ ፡ ወእሳት ፡ ለዕፀው ፡
ብእሲ ፡ ጸአሊ ፡ ለጋእዝ ፡ ወባዕስ ።

21 Coals for the hearth, and fire for wood; a quarrelsome mar for strife and contention.

22 ነገረ ፡ መንጐርጕራን ፡ እለ ፡ ይትበአሱ ፡
እሉ ፡ ይወርዱ ፡ ውስተ ፡ መዛግብተ ፡ ልብ ።

22 The word of murmerers who quarrel – those go down into the recesses of the heart.

23 ብሩር ፡ ዘይትወሀብ ፡ ምስለ ፡ ሕብል ፡ ከመ ፡
ገልዕ ። ውእቱ ፡ ከመ ፡ ብሩረ ፡ ተምያን ፡
ዘቀፈልዎ ፡ ላዕለ ፡ ነዋየ ፡ ለብሐ ። ከማሁ ፡
ከናፍር ፡ ልሙዳት ፡ ወልብ ፡ እኩይ ።

23 Silver which is given with fraud is like a potsherd; it is like false silver which is plated over a pottery vessel. So are smooth lips and an evil heart.

24 በከናፍር ፡ ዘልፈ ፡ ይበኪ ፡ ጸላኢ ፡ ወበልቡስ ፡ ይገብር ፡ ሕብለ ።

24 With lips an enemy always weeps; but in his heart he fashions deceit.

25 እመ ፡ አስተበቍዐከ ፡ ጸላኢከ ፡ በዐቢይ ፡ ቃል ፡ ኢትእመኖ ፡ እስመ ፡ ሰብኡ ፡ እከይ ፡ ውስተ ፡ ልቡ ።

25 If your enemy demands of you with a loud voice, do not trust him; for there are seven evils in his heart.

26 ዘይከድን ፡ ጽልአ ፡ በጉባኤ ፡ ወበመኀበር ፡ ይትከሠት ፡ ዐመፃሁ ።

26 He who hides hatred in the assembly – and his violence is revealed in the congregation.

27 ዘይከሪ ፡ ግበ ፡ ለቢጹ ፡ ይወድቅ ፡ ውስቴቱ ፡ ዘያንከሩራኵር ፡ እብነ ፡ ላዕሌሁ ፡ ያንከሩራኵር ።

27 He who digs a pit for his neighbour will fall into it; and he who rolls a stone – it will roll back on him.

28 ልሳን ፡ ሐሳዊት ፡ ትጸልእ ፡ ጽድቀ ። ወአፍ ፡ ዘኢያረምም ፡ ይገብር ፡ ሀከከ ።

28 A false tongue hates righteousness, and a mouth which does not keep silence produces confusion.

Chapter 27

1 ኢትትዐበይ ፡ ዘለጌሰም ። እስመ ፡ ኢተአምር ፡ ዘትወልድ ፡ ጽባሕ ።

1 Do not boast about tomorrow, for you do not know what the morrow will bring forth.

2 ይወድስከ ፡ ነኪር ፡ ወአኮ ፡ አፈ ፡ ዚአከ ። ወባዕድ ፡ ወአኮ ፡ ከናፍሪከ ።

2 Let a stranger praise you and not your own mouth; and another, and not your own lips.

3 ክቡድ ፡ እብን ፡ ወጽንጉፍ ፡ ጾረ ፡ ኆፃ ። ወመዐቱ ፡ ለአብድ ፡ እምክልኤሆሙ ።

3 A stone is heavy, and a load of send is weighty; and the anger of a fool is heavier than them both.

4 አልቦ ፡ ምሕረት ፡ ለቍጡዕ ፡ ወለበሊሐ ፡ መዐት ። ወአልቦ ፡ ዘይትዔረዮ ፡ ለቅንዓት ።

4 There is no mercy in a wrathful man, and one sharp of temper; and there is nothing that equals jealousy.

5 ይኄይስ ፡ ዘለፋ ፡ ክሡት ፡ እምፍቅር ፡ ክቡት ።

5 Better open reproof than hidden love.

6 ይኄይስ ፡ ፍቅዓት ፡ ዘዓርክ ። እምሠናይ ፡
ስእመት ፡ ጸላኢ ።

6 Better are the wounds (inflicted by) a friend than the good kiss of an enemy.

7 ነፍስ ፡ ጽግብት ፡ ፀቃውዐ ፡ መዐር ፡ ትሜንን ።
ወነፍስሰ ፡ ርኀብት ፡ ጥዑምኒ ፡ መሪረ ፡
ያስተርእያ ።

7 An appetite which is sated spurns pure honey; but to the hungry appetite even what is bitter appears sweet.

8 ከመ ፡ ዖፍ ፡ ትሰርር ፡ እምኅደራ ፡ ከማሁ ፡
ብእሲ ፡ ይትቀነይ ፡ ሶበ ፡ ይነግድ ፡ እምብሔሩ ።

8 As a bird flies from its nest; so a man enters service when he journeys from his homeland.

9 ዕፍሪት ፡ ወዕጣን ፡ ወወይን ፡ ያስተሐውዙ ፡
ልበ ። ወዘይጥዕም ፡ ለነፍሱ ፡ ምክረ ፡ ዐርኩ ።

9 Unguent and incense and wine make glad the heart; and what is sweet to the soul is the counsel of one's friend.

10 ዐርክከ ፡ ወአርከ ፡ አቡከ ፡ ኢትኅድግ ።
ወቤተ ፡ እኁከሂ ፡ ኢትባእ ፡ እንበለ ፡ ትንግር ፡
ቅድመ ፤ ይኄይስ ፡ ዐርክ ፡ ቅሩብ ፡ እምእኁው ፡
ዘርኁቀ ፡ የኃድር ።

10 Your friend and your father's friend do not forsake; and do not enter your brother's house without first telling him. Better is a friend at hand than a brother who lives far away.

11 ጠቢበ ፡ ኩን ፡ ወልድየ ፡ ከመ ፡ ይትፌሣሐኒ ፡
ልብየ ። አርሕቅ ፡ እምኔከ ፡ ቃለ ፡ ዝንጓጔ ።

11 Be wise, my son, that my heart may be glad; put far from yourself the sound of calumny.

12 ማእምር ፡ ርእየ ፡ እኩየ ፡ ወኃለፈ ፡
ወተሐብአ ።

12 The wise man sees evil, and passes by and hides.

13 ነሥአ ፡ ልብሶ ፡ እስመ ፡ ኃለፈ ፡ ጸላኢ ።

13 He has taken his clothing, for the enemy has passed by.

14 ዘይባርክ ፡ ቢጾ ፡ በጽባሕ ፡ በዐቢይ ፡ ቃል ፤
ይትሐሰብ ፡ ሎቱ ፡ ከመ ፡ ዘረገመ ።

14 He who blesses his neighbour in the morning with a loud voice – it will be counted to him as one who curses.

15 ጸሕጸሕ ፡ ያወፅኦ ፡ ለብእሲ ፡ እምቤቱ ፡
በመዋዕለ ፡ ክረምት ። ወከምሁ ፡ ብእሲት ፡
ጸአሊት ፡ እምቤት ፡ ርሱይ ።

15 Dripping drives a man from his house on a rainy day; and so does a scolding woman from an ornate house.

16 ደቡባዊ ፡ ነፋስ ፡ ጽኑዕ ፡ ወበስሙሰ ፡ ዘየማን ፡
ይትበሀል ።

16 The north wind is a strong wind; but by name it is called 'right-handed'.

17 ሐፂን ፡ ለሐፂን ፡ ያበልሖ ። ወብእሲ ፡
ያበልሕ ፡ ገጸ ፡ ካልኡ ።

17 Iron whets iron, and a man whets the face of another.

18 ዘተከለ ፡ በለሰ ፡ ይበልዕ ፡ ፍሬሃ ። ወዘየዐቅብ ፡
እግዚኡ ፡ ይከብር ።

18 He who plants a fig-tree will eat its fruit; and he who guards his master will be honoured.

19 ከመ ፡ ኢይትመሰል ፡ ገጽ ፡ ገጸ ። ከማሁ ፡
ልበ ፡ ሰብእ ፡ ኢይትመሰል ።

19 As one face does not resemble another – so the heart of men is not similar.

20, 20a ሲኦል ፡ ወአበዶን ፡ ኢይጸግቡ ። ከማሁ ፡
አዕይንተ ፡ ሰብእኒ ፡ ኢይጸግቡ ። ርኩስ ፡ በኀበ ፡
እግዚአብሔር ፡ መዑከ ፡ ዐይን ። ወእለ ፡
ዘእንበለ ፡ ትምህርትሰ ፡ ኢይእኅዙ ፡ ልሳኖሙ ።

20, 20a Sheol and Abaddon are not satisfied; so also the eyes of men are not satisfied. Abominable with God is a man of savage mien; and those who lack discipline do not hold their tongue.

21 መካራሆሙ ፡ ለወርቅ ፡ ወለብሩር ፡ እሳት ።
ወብእሲ ፡ ይትሜሀር ፡ በአፈ ፡ እለ ፡ ይዌድስዎ ፡
ልበ ፡ ኃጥእ ፡ የኃሥሥ ፡ እኩየ ። ልብ ፡ ርቱዕ ፡
ተኃሥሥ ፡ አእምሮ ።

21 Their proof for gold and for silver is fire; and a man is proved by the mouth of those who praise him. An evil heart seeks evil; an upright heart seeks understanding.

22 እመ ፡ ቀሠፍኮ ፡ ለአብድ ፡ በማእከለ ፡
ማኅበር ፡ በትዕቢቱ ፡ ኢተአተተ ፡ ዕበዶ ።

22 If you whip a fool in the midst of the assembly in his pride, you will not remove his folly.

23 አእምሮ ፡ አእምር ፡ ገጸ ፡ መራእይከ ።
ወሚጥ ፡ ልበከ ፡ ለመርዔትከ ።

23 Know well the face of your flock, and turn your heart to your herd.

24 እስመ ፡ አኮ ፡ ለዓለም ፡ ለብእሲ ፡ ኰንኖ ፡ ወኃይል ፡ ወኢይሁብ ፡ እምትውልድ ፡ ለትውልድ ።

24 For rule and strength are not a man's for ever; nor does He give it from generation to generation.

25 ዕፅድ ፡ ሣዕረ ፡ ወርኢ ፡ ሐመልማል ። ከመ ፡ ታስተጋብእ ፡ ሣዕረ ፡ ደብር ።

25 Crop the grass and behold greenery, that you may gather the grass of the mountain to yourself.

26 ወከመ ፡ ታጥሪ ፡ አባግዐ ፡ ለልብስ ፡ ወአክብር ፡ ጺአተ ፡ ከመ ፡ ይብዝኃ ፡ አባግዒከ ።

26 And that you may acquire sheep for clothing; and honour pasture that your flocks may be many.

27 ሕልብ ፡ ሐሊበ ፡ ጠሊ ፡ ለሲሳይከ ፡ ወለሲሳየ ፡ ቤትከ ፡ ወለሕይወት ፡ ነባሪከ ።

27 Milk goat's milk for your food, and for the food of your house, and for the sustenance of your household.

Chapter 28

1 ይጐይይ ፡ ረሲዕ ፡ እንዘ ፡ አልቦ ፡ ዘይዴግኖ ፡
ጻድቅሰ ፡ ከመ ፡ አንበሳ ፡ ውኩል ።

1 The unrighteous man flees when there is none to pursue him; but the righteous is as confident as a lion.

2 በኃጢአተ ፡ ምድር ፡ ይትነሥኡ ፡ ብዙኃን ፡
መኰንንት ፡ ብእሲ ፡ ጥዩቅ ፡ ያጠፍአን ፡

2 By the sin of a land many rulers are raised up; a discerning man extinguishes them.

3 ጽኑዕ ፡ ነዳየ ፡ አእምሮ ፡ ይትዔገል ፡ ነዳየ ።
ከመ ፡ ዝናመ ፡ ሞገድ ፡ ዘኢይበቍዕ ።

3 A strong man poor in understaing oppresses the poor; like a torrential rainstorm which does not benefit.

4 ከማሁ ፡ እለ ፡ የሐድጉ ፡ ሕገ ፡ ይዌድሱ ፡
ኃጥአ ። እለ ፡ ያፈቅሩ ፡ ሕገ ፡ ይጠቅሙ ፡
ለርእሶሙ ፡ ቅጽረ ።

4 So those who forsake law praise the sinner; those who love law surround themselves with a wall.

5 ሰብእ ፡ እኩያን ፡ ኢይሌብዉ ፡ ፍትሐ ። እለሰ ፡
የኃሥዎ ፡ ለእግዚአብሔር ፡ ይሌብዉ ፡ በኵሉ ።

5 Wicked men do not understand judgement; but those who seek God are understanding in everything.

6 ይኄይስ ፡ ነዳይ ፡ ዘየሐውር ፡ በጽድቅ ፡
እምባዕል ፡ ሐሳዊ ።

6 Better a poor man who walks in honesty than a dishonest rich man.

7 የዐቅብ ፡ ሕገ ፡ ወልድ ፡ ማእምር ። ዘሰ ፡
ይዘወጋ ፡ ለሙስና ፡ ያጼዕል ፡ አቡሁ ።

7 A sensible son keeps the law; but he who associates with perdition disgraces his father.

8 ዘያበዝኆ ፡ ብዕሎ ፡ በርዴ ፡ ወበትዕግልት ፡
ለዘይምሕር ፡ ነዳየ ፡ ያስተጋብእ ።

8 He who increases his wealth by usury and by oppression gathers it for him who is merciful to the poor.

9 ዘይመይጥ ፡ እዝኖ ፡ ከመ ፡ ይስማዕ ፡ ሕገ ፡
ውእቱሂ ፡ ጸሎቶ ፡ መነነ ።

9 He who turns away his ear from hearing the law – he himself will reject his prayer.

10 ዘያስሕቶሙ ፡ ለራትዐን ፡ በፍኖት ፡ እኪት ፡
ውስተ ፡ ሙስና ፡ ውእቱ ፡ ይወድቅ ፤ ዓማፅያንሰ ፡

የሐልፉ ፡ እንተ ፡ ሠናይት ፡ ወኢይበውኡ ፡
ውስቴታ ።

10 He who leads astray the righteous in an evil way – he himself will fall into destruction. But the lawless pass by what is good, and do not enter into it.

11 ጠቢብ ፡ በአዕይንቲሁ ፡ ብእሲ ፡ ባዕል ።
ነዳይ ፡ ማእምር ፡ ያስተሐቅሮ ።

11 Wise in his own eyes is the rich man; a poor man who is sensible despises him.

12 በረዲኤተ ፡ ጻድቃን ፡ ይከውን ፡ ምክሕ ።
በፍናወ ፡ ረሲዓን ፡ ይትሐጐል ፡ ሰብእ ።

12 In the helping of the righteous there is glory; in the paths of the wicked men are destroyed.

13 ዘይከድን ፡ አባሳሁ ፡ ኢይረትዕ ። ዘሰ ፡
ይከሥት ፡ ይትፈቀር ።

13 He who conceals his transgression will not go straight; but he who reveals it will be loved.

14 ብፁዕ ፡ ብእሲ ፡ ዘይደነግፅ ፡ በኵሉ ፡ በእንተ ፡
ጽድቅ ። ወጽኑዐ ፡ ልብሰ ፡ ይወድቅ ፡ ውስተ ፡
እኪት ።

14 Blessed is the man who fears for everything on account of righteousness; and the hard-hearted man will fall into evil.

15 አንበሳ ፡ ርኍብ ። ወተኵላ ፡ ጽሙእ ፧
መኰንን ፡ ረሲዕ ፡ ላዕለ ፡ ሕዝብ ፡ ነዳይ ።

15 A ravening lion and a thirsty wolf – (so) is an evil ruler over a poor people.

16 መንግሥ ፡ ነዳየ ፡ አእምሮ ፡ ብዙኀ ፡
ትዕግልት ፡ ይከውን ። ዘሰ ፡ ይፀልዕ ፡ ዐማፃ ፡
ነዋኀ ፡ መዋዕለ ፡ የሐዩ ።

16 And a king poor of understanding becomes a great oppression; but he who hates dishonesty will live out long days.

17 ብእሲ ፡ ዓማፂ ፡ በደመ ፡ ሰብእ ። ሶበ ፡
ይወርድ ፡ ውስተ ፡ ግብ ፡ ኢይእኀዝዎ ።

17 A man of violence with men's blood, when he descends into the pit – men will not take hold of him.

17a መሐር ፡ ወልደከ ፡ ወያፈቅረከ ። ወይሁብ ፡
ሠርጐ ፡ ለነፍስከ ። ኢይሰምዕ ፡ ሕገ ፡ ሕዝብ ፡
ዓማፂ ።

17a Train your son and he will love you, and he will give ornament to your soul; a violent people will not listen to law.

18 ዘየሐውር ፡ በየውሃት ፡ ውእቱ ፡ ይድኅን ፡
ጠዋየሰ ፡ ፍኖተ ፡ ዘየሐውር ፡ ይወድቅ ።

18 He who walks in meekness will be delivered; he who walks crooked paths will fall.

19 ዘይትገበር ፡ ገራህቶ ፡ ያበዝኅ ፡ እክሎ ። ዘሰ ፡
ይጼግን ፡ ዕርዓተ ፡ ይመልእ ፡ ንዴተ ።

19 He who tills his field will increase his food; but he who pursues idleness will have his fill of poverty.

20 ብእሲ ፡ ኄር ፡ ብዙኃ ፡ ይትአኰት ፡ እኩይሰ ፡
ኢይነድሕ ።

20 An honest man is much praised; but the wicked man will not go unpunished.

21 ኀፈረ ፡ ገጽ ፡ አኮ ፡ ሠናይ ፡ ዘከመዝ ፡
ብእሲ ፡ በፍተ ፡ ኅብስት ፡ ይጌጊ ።

21 Shame of face is not good; a man like that errs for a scrap of bread.

22 ይጔጕእ ፡ ይብዕል ፡ ብእሲ ፡ ሐማሚ ።
ወኢያአምር ፡ ከመ ፡ መሐሪ ፡ ይመልኮ ።

22 A troublesome man hastens to become rich; and he does not understand that the merciful man will have dominion over him.

23 ዘይፈትሕ ፡ ፍኖቶ ፡ ለሰብእ ፡ ይረክብ ፡
ክብረ ፡ ፈድፋደ ፡ እምነ ፡ ዘበልሳኑ ፡ ያደሉ ።

23 He who judges a man's way will find honour more than him who pleases with his tongue.

24 ዘይትዔገል ፡ አባሁ ፡ ወእሞ ፡ ወይብል ፡
ኢአበስኩ ፡ ዝንቱ ፡ ሱታፌሁ ፡ ለረሲዕ ፡ ውእቱ ።

24 He who injures his father and his mother and says 'I have done no wrong' – this man is partner to the wicked.

25 ስሱዕ ፡ ብእሲ ፡ ይፈቱ ፡ ከንቶ ። ዘሰ ፡
ይትዌከል ፡ በእግዚአብሔር ፡ ይሄሉ ፡
በአስተሐምሞ ።

25 The insatiable man desires vanity; he who trusts in God is in care.

26 ዘይትአመን ፡ በትፍሥሕተ ፡ ልቡ ፡ አብድ ፡
ውእቱ ። ዘየሐውርሰ ፡ በንጹሕ ፡ ይድኅን ።

26 He who trusts in the gladness of his heart is a fool; and he who walks in purity will escape.

27 ዘይሁብ ፡ ለምስኪን ፡ ኢይቼነስ ። ዘሰ ፡
ይመይጥ ፡ ዓይኖ ፡ ውስተ ፡ ብዙኅ ፡ ተፅናስ ፡
ይሄሉ ።

27 He who gives to a poor man will not lack; but he who turns away his eye will be in great straits.

28 በምቅዋመ ፡ ረሲዓን ፡ ይግዕሩ ፡ ጻድቃን ።
ወበሐጕሎ ፡ ዚአሆሙ ፡ ይበዝኁ ፡ ጻድቃን ።

28 In the place of the wicked the righteous groan; and at their destruction the righteous increase.

Chapter 29

1 ይኄይስ ፡ ዘይዘልፍ ፡ እምብእሲ ፡ ጽኑዐ ፡
ክሳድ ። እስመ ፡ ግብተ ፡ ይትቀጠቀጥ ፡ ወአልቦ ፡
ዘይፈውሶ ።

1 Better one who reproves than a man of stiff neck; for suddenly he is ruined, and there is none to heal him.

2 [*missing*]

3 ብእሲ ፡ ዘያፈቅር ፡ ጥበበ ፡ ያስተፌሥሖ ፡
አቡሁ ። ወዘያስተበይጽ ፡ ዘማተ ፡ የሐጕል ፡
ብዕሎ ።

3 A man who loves wisdom gladdens his father; and he who keeps company with whores destroys his wealth.

4 ንጉሥ ፡ ዘበጽድቅ ፡ ይፈትሕ ፡ የሐንጽ ፡ ሀገረ ።
ወብእሲ ፡ ዓማፂ ፡ ይነስት ።

4 A king who judges in righteousness builds up a city; and a man of violence tears it down.

5 [*missing*]

6 በጌጋየ ፡ ብእሲ ፡ ይበዝኅ ፡ መሥገርት ። ጻድቅ ፡
ውስተ ፡ ፍሥሐ ፡ ወኀሤት ፡ ይሄሉ ።

6 In the erring of a man, traps are many; the righteous is in joy and gladness.

7 ያአምር ፡ ጻድቅ ፡ ፈቲሐ ፡ ለነዳይ ፡ ረሲዕሰ ፡ ኢየአምር ፡ ጠይቆ ። ለነዳይሰ ፡ ኢይሄልዎ ፡ ልበ ፡ አእምሮ ።

7 The righteous man understands how to judge the poor; but the wicked does not know understanding. The poor does not have an understanding heart.

8 ሰብእ ፡ ጸዋጋን ፡ አንደዱ ፡ ሀገረ ። ጠበብትሰ ፡ ሜጡ ፡ መዐተ ።

8 Savage men set fire to a city, but the wise turn away wrath.

9 ብእሲ ፡ ጠቢብ ፡ ይኴንን ፡ አሕዛበ ። ወብእሲሰ ፡ እኩይ ፡ ይትመዐዕ ፡ ወይስሕቅዎ ፡ ወኢየሐዝኖ ።

9 A wise man rules nations; when the evil man gets angry people laugh at him, and it does not sadden him.

10 ሰብእ ፡ ሱቱፋን ፡ በደም ፡ ይጸልኡ ፡ ጽድቀ ። ራትዓንሰ ፡ የኀሥሡ ፡ ነፍስ ።

10 Men confederate in blood hate righteousness; but the upright seek his soul.

11 ኵሎ ፡ መዐቶ ፡ ያወፅእ ፡ አብድ ። ወጠቢብሰ ፡ ይዘግብ ፡ ዘእምውስቴቱ ።

11 The fool pours out all his wrath; but the wise man holds back what is within him.

12 ንጉሥ ፡ ዘይሰምዕ ፡ ቃለ ፡ ሐሰት ፡ ኵሎሙ ፡ እለ ፡ ኀቤሁ ፡ ዓማፂያን ።

12 A king who listens to a false word – all those who are with him will be lawless.

13 ነዳይ ፡ ወባዕል ፡ ተራከቡ ፡ ኅቡረ ፡ ይሔውፆሙ ፡ እግዚአብሔር ፡ ለክልኤሆሙ ።

13 Poor and rich are found together; God is guardian of them both.

14 ንጉሥ ፡ ዘበጽድቅ ፡ ይፌትሕ ፡ ለነዳይ ። መንበሩ ፡ ለዓለም ፡ ይጸንዕ ።

14 A king who judges the poor in righteousness – his throne is secure for ever.

15 መዝበጥ ፡ ወተግሣጽ ፡ ይሁብ ፡ ጥበበ ። ወልድ ፡ ዘይስሕት ፡ ያስተኀፍር ፡ ዘመዶ ።

15 A blow and correction give wisdom; a son who errs shames his family.

16 በብዝኆሙ ፡ ለረሲዐን ፡ ብዙኅ ፡ ኃጢአት ፡ ይትገበር ። ጻድቃንሰ ፡ በድቀቶሙ ፡ ለእልክቱ ፡ ፈራህያነ ፡ ይከውን ።

16 When the wicked are many, much evil is done; at the fall of such men the righteous become afraid.

17 ገሥጽ ፡ ወልደከ ፡ ወየኃፍረከ ። ወይሁብ ፡ ሰርጐ ፡ ለነፍስከ ።

17 Correct your son, and he will reverence you, and he will give ornament to your soul.

18 በትኃጥአተ ፡ መምህር ፡ ይውሳድ ፡ ሕዝብ ። ዘሰ ፡ የዐቅብ ፡ ሕገ ፡ ብፁዕ ፡ ውእቱ ።

18 For the lack of a teacher a people is diminished; but he who keeps the law – blessed is he.

19 በቃል ፡ ኢይትመሀር ፡ ገብር ፡ ጸዋግ ። እመኒ ፡ አእምረ ፡ ኢይትኤዘዝ ።

19 A stubborn servant will not be disciplined by a (mere) word; (even) if he understands, he will not obey orders.

20 እመ ፡ ርኢከ ፡ ብእሲ ፡ ጕጕአ ፡ በቃል ፡ አእምር ፡ ከመ ፡ ተስፋ ፡ ቦቱ ፡ ለአብድ ፡ እምኔሁ ።

20 If you see a man hasty in word, know that there is more hope for a fool than for him.

21 ነዘሕሊል ፡ በርእሱ ፡ ገብረ ፡ ይከውን ፡
ወድኅረ ፡ የሐዝን ፡ ርእሶ ።

21 He who is dissolute by himself becomes a servant; and afterwards he saddens himself.

22 ብእሲ ፡ መዐትም ፡ ይከሪ ፡ ጋእዘ ። ወብእሲ ፡
ቍጡዕ ፡ ይከሪ ፡ ኃጢአተ ።

22 A wrathful man digs up strife; and a man of anger digs up sin.

23 ትዕቢት ፡ ብእሲ ፡ ያቴሕት ። ወለትሑት ፡
ሕሊናሰ ፡ ያቀርቦ ፡ እግዚአብሔር ፡ ለክብር ፤

23 Pride brings a man low; and the humble-minded – God brings him to honour.

24 ዘይትካፈል ፡ ምስለ ፡ ሠራቂ ፡ ይጸልእ ፡
ነፍሶ ። መሐላ ፡ ይምሕል ፡ ወኢይነግር ።

24 He who divides with a thief hates himself; he swears an oath, and does not speak.

25 በፈሪህ ፡ ወበኃፈር ፡ ሰብእ ፡ ይትዐቀጽ ። ዘሰ ፡
ተወከለ ፡ በእግዚአብሔር ፡ ይትፌሣሕ ። ጌጋዩ ፡
ለብእሲ ፡ ይሁቦ ፡ አበሳ ። ዘሰ ፡ ተአመነ ፡
በእግዚአብሔር ፡ ይድኅን ።

25 By fear and by shame men are ensnared, but he who trusts in God rejoices. A man's sin produces error, but he who believes in God will be delivered.

26 ብዙኃን ፡ ይትለአኩ ፡ ለገጸ ፡ መኳንንት ፡፡ ወእምኀበ ፡ እግዚአብሔር ፡ ይከውን ፡ ፍትሑ ፡ ለብእሲ ፡፡

26 Many cultivate the face of rulers; and from God is man's judgement.

27 ምኑን ፡ ብእሲ ፡ ጻድቅ ፡ ለብእሲ ፡ ገፋዒ ፡፡ ወርኩስ ፡ ለኃጥእ ፡ ፍኖት ፡ ርትዕት ፡፡

27 A righteous man is abominable to a violent man; and abominable to the sinner is a straight path.

Chapter 30

1 ዘዚአየ ፡ ነገረ ፡ ወልድየ ፡ ፍራህ ፡ ወተወከፎ ፡
ወነስሕ ። ወዘንተ ፡ እቤ ፡ ለእለ ፡ የአምኑ ፡
በእግዚአብሔር ፡ ወፈጸምኩ ።

1 My son, fear my word, and receive it and repent; and this I say to those who believe in God – and I have finished.

2 እስመ ፡ አብደ ፡ አነ ፡ እምኵሉ ፡ ሰብእ ።
ወጥበበ ፡ ሰብእ ፡ ኢሀሎ ፡ ላዕሌየ ።

2 For I am a fool more than any man; and the wisdom of men is not upon me.

3 እግዚአብሔር ፡ መሐረኒ ፡ ጥበበ ። ወአእምሮ ፡
ቅዱሳን ፡ አእመርኩ ።

3 God has taught me wisdom; and I have come to know the understanding of the Holy One.

4 መኑ ፡ ዐርገ ፡ ውስተ ፡ ሰማይ ፡ ወአውረዳ ።
ወመኑ ፡ አስተጋብአ ፡ ነፋሳተ ፡ ውስተ ፡ ሕፅኑ ።
ወመኑ ፡ ዐቈረ ፡ ማያተ ፡ በልብሱ ።

4 Who has ascended into the heavens and brought it down? And who has gathered the winds into his bosom? And who has bound up the waters in his garment.

4a መኑ ፡ አሐዘ ፡ ኵሉ ፡ አጽናፈ ፡ ምድር ።
መኑ ፡ ስሙ ፡ ወመኑ ፡ ስመ ፡ ወልዱ ፡ ከመ ፡
ታእምር ።

4a Who has held all the corners of the earth? What is his name, and what is his son's name, if you should understand?

5 ኵሉ ፡ ነገረ ፡ እግዚአብሔር ፡ ፍቱን ።
ወይትቃውም ፡ ሎሙ ፡ ለእለ ፡ ይፈርህዎ ።

5 Every word of God is tested; and He stands over those who fear Him.

6 ኢትወስክ ፡ ውስተ ፡ ነገሩ ፡ ከመ ፡ ኢይዛለፍከ ።
ወኢትኩን ፡ ሐሳዌ ።

6 Do not make additions to His words, that He may not reprove you, and you become a liar.

7 ክልኤተ ፡ ነገረ ፡ እስእል ፡ እምኀቤከ ፡
እግዚእየ ፡ አምላከ ፡ አቡየ ፡ ኢትካልአኒ ፡ ጸጋ ፡
ዘእንበለ ፡ እሞት ።

7 Two things I ask of Thee, o my God, the God of my father; do not withhold grace from me before I die.

8 ከንቶ ፡ ነገረ ፡ ወሐሰተ ፡ አርሕቅ ፡ እምኔየ ።
ብዕለ ፡ ወንዴተ ፡ ኢተሀባኒ ። ሥራዕ ፡ ሊተ ፡
ዘይትፈቀድ ፡ ወዘየአክል ።

8 Keep far from me a vain word; do not give me riches or poverty. Order for me what is required and what is sufficient.

9 ጸጊብየ ፡ ከመ ፡ ኢይኩን ፡ ሐሳዊ ። ወኢይበል ፡
መኑ ፡ እግዚአብሔር ፡ ወእመ ፡ አኮ ፡ ነዳይየ ፡
ኢይስርቅ ፡ ወኢይምሐል ፡ ስመ ፡ እግዚአብሔር ፡
በሐሰት ።

9 That in my satiety I become not false, and say 'Who is God?'; or if not, that in my poverty I steal not, and swear not falsely by the name of God.

10 ኢታገብእ ፡ ገብረ ፡ ውስተ ፡ እደ ፡ እግዚኡ ።
እመቦ ፡ ከመ ፡ ረገመከ ፡ ኢትማስን ።

10 Do not return a servant into the hand of his master; it may be that, if he curse you, you will be destroyed.

11 ትውልድ ፡ እኩይ ፡ ይረግም ፡ አባሁ ።
ወእሞሂ ፡ ይባርክ ።

11 An evil scion curses his father, and blesses his mother.

12 ትውልድ ፡ እኩይ ፡ ጽድቀ ፡ ርእሱ ፡ ይፈትሕ ። ወጻአቶ ፡ ኢይጤይቅ ።

12 An evil scion judges himself righteousness, and does not take notice of his going out.

13 ትውልድ ፡ እኩይ ፡ ለምንት ፡ ያሌዕል ፡ አዕይንቲሁ ፡ ወቀራንብቲሁ ።

13 An evil scion – why does he lift up his eyes and his eyelids?

14 ትውልድ ፡ እኩይ ፡ ስነነ ፡ መጥባሕት ፡ ቦቱ ። ወጥረሲሁ ፡ መዋስርት ፡ ከመ ፡ ያኅልቅ ፡ ነዳያን ፡ እምድር ።

14 An evil scion has teeth of daggers; and his molars are grinding teeth, that he may destroy the poor from the earth.

15 ለዓለቅት ፡ ክልኤ ፡ አዋልድ ፡ ላቲ ። ተፋቅሮ ፡ እለ ፡ ይትፋቀራ ። ወሳልሶን ፡ እንተ ፡ ኢትፀግብ ። ወራብዕቶን ፡ ስእነት ፡ ኮንየ ፡ ብሂለ ።

15 The leech has two daughters – loving which are loved – and there are three of them which are not satisfied, and a fourth of them which cannot say 'Enough!'

16 ሲኦል ፡ ወፍቅረ ፡ ብእሲት ፡ እለ ፡
ኢይጸግቡ ፡ ወማዕምቅተ ፡ ምድር ። ግሃነም ፡
ወእሳት ፡ ኢይብሉ ፡ ኮንየ ።

16 Sheol and the love of a woman, which are not satisfied, and the depths of the earth. Gehenna and fire do not say "Enough!"

17 ወይን ፡ ዘይስሕቅ ፡ አባሁ ፡ ወያስተአኪ ፡
ርስዐነ ፡ እሞ ፡ ይመልሑን ፡ ቈዐት ፡ እምግቦን ።
ወይበልዖን ፡ እጓለ ፡ አንስርት ።

17 The eye which derides his father, and dishonours his mother's grey hairs – the crows pluck them out of their sockets, and the fledgeling eagles devour them.

18 ሠላስቱ ፡ እሙንቱ ፡ እለ ፡ ኢየአምር ።
ራብዖሙሰ ፡ ኢይጤይቅ ።

18 There are three things which I do not know – and a fourth one of them I do not understand.

19 አሰረ ፡ ንስር ፡ ዘይሰርር ፡ ወፍኖተ ፡ አርዌ ፡
ምድር ፡ ዲበ ፡ ኰኵሕ ። ወአሰረ ፡ ሐመር ፡ ዲበ ፡
ባሕር ፡ እንዘ ፡ ተሐውር ። ወፍናወ ፡ ብእሲ ፡
በውርዙቱ ።

19 The track of an eagle when it flies, and the way of a snake over the rock; and the track of a ship over the ocean as it goes, and the ways of a man in his youth.

20 ወከመዝ ፡ ውእቱ ፡ ፍኖታ ፡ ለብእሲት ፡ ዘማዊት ። እንተ ፡ ገቢራ ፡ ትትሐፀብ ። አልቦ ፡ እንከ ፡ ዘገበረት ፡ እኩየ ።

20 And even so is the way of an adulterous woman, who, when she has done, washes herself – so there is nothing that she has done amiss.

21 በእንተ ፡ ሠላስቱ ፡ ታድለቀልቅ ፡ ምድር ። ወራብዐሰ ፡ ኢትክል ፡ ጸዊረ ።

21 At three things the earth trembles, and there are four which it cannot bear.

22 እመ ፡ ግብር ፡ ነግሠ ። ወአብድ ፡ እመ ፡ ጸግበ ፡ እክለ ፡

22 If a servant reigns, and if a fool is replete with food.

23 ወእመት ፡ ጽእልት ፡ እመ ፡ አውፅአት ፡ እግዚእታ ። ወጽዕልት ፡ ብእሲት ፡ እመ ፡ አድምዐት ፡ ብእሲ ፡ ኄረ ።

23 And a hated serving-wench if she ousts her mistress, and a hated woman if she acquires a good husband.

24 አርባዕቱ ፡ ሕፁፃን ፡ ውስተ ፡ ምድር ። እሉ ፡
እሙንቱ ፡ ጠቢባነ ፡ ጠበብት ።

24 Four things are small upon the earth; yet these are the wisest of the wise.

25 ሰኳዕት ፡ ሕዝብ ፡ እለ ፡ አልቦሙ ፡ ኃይለ ።
ወያስተዳልው ፡ በማእረር ፡ ሲሳዮሙ ።

25 Ants – a people who have no strength, and they prepare their food in summer.

26 ወግሄያት ፡ ሕዝብ ፡ ዘኢኮኑ ፡ ጽኑዐነ ፡ እለ ፡
ረሰዩ ፡ ውስተ ፡ ኰኵሕ ፡ አብያቲሆሙ ።

26 And the hyraxes, a folk who are not strong, who make their abodes in the rocks.

27 ዘእንበለ ፡ መንግሥት ፡ ውእቱ ፡ አንበጣ ፡
ወየሐውር ፡ በአሐዱ ፡ ትእዛዝ ፡ ኅቡረ ።

27 The locust is without royalty, yet he sorties together at one command.

28 ወለጽቈት ፡ ዘበእዴሁ ፡ የሐውር ። እንዘ ፡
ጽቡስ ፡ ውእቱ ፡ የሐድር ፡ ውስተ ፡ አብያተ ፡
ነገሥት ።

28 And the gecko which walks on its hands; though it is weak, it dwells in king's palaces.

29 **ሠላስቱ ፡ እሙንቱ ፡ ዘአዳመ ፡ የሐውሩ ፡ ወራብዖሙሰ ፡ ዘአዳም ፡ ፍናዊሁ ።**

29 There are three things which walk pleasingly, and a fourth of them whose paths are pleasing.

30 **እጓለ ፡ አንበሳ ፡ ዘይጸንዕ ፡ እምእንስሳ ። ኢይትመየጥ ፡ ወኢይደንግፅ ፡ እምእንስሳ ።**

30 The lion's cub, which is stronger than any beasts; he does not turn back, not quail before any animal.

31 **ዶርሆ ፡ ተባዕት ፡ ዘየሐውር ፡ ውስተ ፡ አንስት ። ወበሐኰ ፡ እንዘ ፡ ይሜብል ፡ ላዕለ ፡ መርዔት ። ወንጉሥ ፡ እንዘ ፡ ይጌሥጽ ፡ አሕዛበ ።**

31 The cock who struts among the hens; the billy-goat who is lord over his flock; and the king who chastises peoples.

32 **እመ ፡ መጠውከ ፡ ርእስከ ፡ ለትዕቢት ፡ ወሰፋሕኩ ፡ እዴከ ፡ ለጋእዝ ፡ ተኃሥር ።**

32 If you have offered yourself to arrogance, and stretched out your hand to quarrel, you will be dishonoured.

33 ለእመ ፡ ሐለብከ ፡ ጥበ ፡ ይወፅእ ፡ ሐሊብ ። ወለእመ ፡ አጸርከ ፡ አንፈ ፡ ይወፅእ ፡ ደም ። ወለእመ ፡ ሰሐብከ ፡ ለነገር ፡ ይወፅእ ፡ ጋእዝ ፡ ወኵነኔ ።

33 If you milk a teat, milk will come out; and if you press the nose, blood will come out. And if you draw out words, quarrel and judgement will come out.

Chapter 31

1 ቃለ ፡ ዚአየ ፡ አየድዕ ፡ በኀበ ፡ እግዚአብሔር ፡
ንጉሥ ፡ ፈማ ፡ ውእቱ ፡ ዘመሐረቶ ፡ እሙ ፡

1 My word has been made known from God; a king is an oracle whom his mother taught.

2 ምንት ፡ አወልድየ ፡ ምንት ፡ አበኵርየ ።
ምንት ፡ አወልደ ፡ ከርሥየ ። ምንት ፡ አወልደ ፡
ብፅዓትየ ።

2 What, o my son? What, o my first-born? What, o child of my womb? What, o son of my vow?

3 ኢትሁባ ፡ ለብእሲት ፡ ብዕለ ፡ ዚአከ ። ወልበከ ፡
ወፍኖተከ ፡ ለንስሐ ፡ ምክር ።

3 Do no not give your wealth to a woman, nor your heart nor your way to second thoughts.

4 ምስለ ፡ ምክር ፡ ወይነ ፡ ሰተይ ፡ ኢትገብር ፡
ዘኢይዳሉ ፡ ለነገሥት ፡ ወለእግዚአብሔር ።
ወኰንን ፡ ኵሉ ፡ ሰብአ ፡ በጽድቅ ። ወመኳንንት ፡
ኢይስትዩ ፡ ወይነ ።

4 Drink wine with prudence. Do not do what is not becoming before a king or before God. And judge all men with righteousness, and let not princes drink wine.

5 ከመ ፡ በስታይ ፡ ኢይርስዕዋ ፡ ለጥበብ ።
ወኢይክሉ ፡ አርትዓ ፡ ፍትሐ ፡ ለድኩማን ።

5 In order that in drinking they may not forget wisdom, and be unable to set right justice for the week.

6 ሀቡሙ ፡ ስካሪ? ፡ ለሕሙማን ። ወወይነ ፡
ይስትዩ ፡ ትኩዛን ።

6 Give drink to the troubled, and let the sorrowful drink wine.

7 ከመ ፡ ይርስዕዋ ፡ ለንዴት ። ወሕማመኒ ፡
ኢይዝክሩ ፡ እንከ ።

7 That they may forget poverty; and not remember misery any more.

8 ክሥት ፡ አፉከ ፡ በቃለ ፡ እግዚአብሔር ።
ወኰንን ፡ ኵሎ ፡ ሰብአ ።

8 Open your mouth in a word of God; and judge all men.

9 ክሥት ፡ አፉከ ፡ ወኰንን ፡ ጽድቀ ። ፍታሕ ፡
ለነዳይ ፡ ወለሕሙም ።

9 Open your mouth and judge right; give judgement for the poor and the troubled.

10 ብእሲተ ፡ ጽንዕተ ፡ እመቦ ፡ ዘረከበ ።
ክብርት ፡ ይእቲ ፡ እምዕንቍ ፡ ዘብዙኅ ፡ ሤጡ ።
እንተ ፡ ከመዝ ፡

10 Is there anyone who has found a worthy wife? She is more valuable than a gem of great price, such a woman.

11 ይትአመን ፡ ልበ ፡ ምታ ። እንተ ፡ ከመዝ ፡
ሠናይት ፡ ጽድቅ ፡ ኢየሐፅፃ ።

11 The heart of her husband is confident; such an excellent woman as this will not be deficient in righteousness.

12 ታረድእ ፡ ለምታ ፡ ሠናየ ፡ በሠናይ ። ወአኮ ፡
እኩየ ፡ በእኩይ ። በኵሉ ፡ መዋዕለ ፡ ሕይወታ ።

12 She helps her husband good upon good, and not evil upon evil, all the days of her life.

13 እንተ ፡ ትፈትል ፡ ፀምረ ፡ ወአጌ ፡ ገብረት ፡
ሠናየ ፡ በእደዊሃ ።

13 As she spine wool and makes flax good with her hands.

14 ኮነት ፡ ከመ ፡ ሐመር ፡ እንተ ፡ ትትጌበር ፡
እምርሑቅ ። ወታስተጋብእ ። ላቲ ፡ ኵሎ ፡ ብዕለ ።

14 She becomes like a ship which traffics from afar; and she collects for herself all wealth;

15 ወትትነሣእ ፡ በሌሊት ፡ ወትሁብ ፡ ሲሳየ ፡ ለቤት ። ወግብሮን ፡ ለአዋልድ ።

15 And she rises in the night, and gives food to the house, and their task to the young maidservants.

16 ርእየት ፡ ወፍረ ፡ ወተሣየጠት ። ወእምፍሬ ፡ እደዊሃ ። ተከለት ፡ ጥሪተ ፡

16 She sees a field and buys; and from the fruit of her hands she plants possessions.

17 [*missing*]

18 ጥዕመት ፡ ከመ ፡ ሠናይ ፡ ውእቱ ፡ ተቀንዮ ። ወኢይጠፍእ ፡ ኵሎ ፡ ሌሊተ ፡ ማኅቶታ ።

18 She tastes that industry is good; and her lamp does not go out all night.

19 እደዊሃ ፡ ትሰፍሕ ፡ ዲበ ፡ ዘይበቍዕ ። ወእመታ ፡ ታጸንዕ ፡ ለፈቲል ።

19 She stretches out her hands upon what profits, and strengthens her forearm for spinning.

20 ወእደዊሃ ፡ ፈትሐት ፡ ለምስኪናን ። ወእራኃ ፡
ሰፍሐት ፡ ለነዳይ ።

20 And she opens her hands to the poor, and spreads out her palms to the needy.

21 ወኢትደንግፅ ፡ በእንተ ፡ ቤታ ፡ እምነ ፡ ቍር ።
ወኢይቴክዝ ፡ በእንተ ፡ ቤቱ ፡ ምታ ። እመቦ ፡
ወእደ ፡ ጉንደየ ። ኵሎሙ ፡ እሊአሃ ፡ እሩዛን ፡
እሙንቱ ፡ በበክልኤ ።

21 She is not afraid for her house when it is cold, and her husband is not worried over his house when he is delayed somewhere. All that are hers are doubly clothed.

22 ወገብረት ፡ ላቲ ፡ ሜለተ ፡ ወኅብረ ፡ ክበድ ።
ሰንዱናተ ፡ ገብረት ፡ ወጸገወት ።

22 And she has made for herself linen and purple cloth; she has made fine linens are precious raiment.

23 ወዘያስተርኢ ፡ ይከውን ፡ ምታ ፡ በውስተ ፡
ዐንቀጽ ። ሶበ ፡ ይነብር ፡ በውስተ ፡ ማኅበር ፡
ምስለ ፡ ሊቃናተ ፡ ምድር ፡

23 Her husband becomes respected in the gate, when he sits in the council with the elders of the land.

24 ወንቅቦታተ ፡ ለከናኔዎን ።

24 And girdles to the Canaanites.

25 አፉሃ ፡ ከሠተት ፡ በጥበብ ። ወዐቅመ ፡
ሥርዐት ፡ ለልሳና ።

25 She opens her mouth in wisdom, and a measure of order to her tongue.

26 ኃይለ ፡ ወላህየ ፡ ለብሰት ፡ ወተፈሥሐት ፡
በመዋዕል ፡ ድኅርያት ።

26 She is clothed in strength and beauty, and she rejoices in the latter days.

27 ጽፉቅ ፡ በዋኤ ፡ ቤታ ። ኅብስተ ፡ ሃኬት ፡
ኢበልዐት ።

27 Those who frequent her house are many; and she has not eaten the bread of idleness.

28 ሕግ ፡ ወምጽዋት ፡ ውስተ ፡ አፉሃ ፡
ወምጽዋታ ፡ አልሐቀ ፡ ውሉዳ ፡ ወአብዐላ ፡
ወምታ ፡ ወደኀ ።

28 Law and good works are in her mouth; and her almsgiving has brought up her children, and made her rich; and her husband praises her.

29 ብዙኃት ፡ አዋልድ ፡ አጥረያ ፡ ብዕለ ፡
ወብዙኃት ፡ ገብራ ፡ ኃይለ ፡ አንቲሰ ፡ ትፈደፍዲ ፡
ወተዐጾኪ ፡ ኵሎን ።

29 Many daughters have acquired riches, and many have created wealth; but you excel and surpass them all.

30 ሕስው ፡ አስምሮ ፡ ወምኑን ፡ ላህይ ። እስመ ፡ ብእሲት ፡ ጠባብ ፡ ትትባረክ ። ወፈራሂተ ፡ እግዚአብሔር ፡ ይእቲ ፡ ትሴባሕ ።

30 Deceitful is charm, and beauty is to be spurned; for it is a wise woman who is blessed, and a God-fearing woman – she is praised.

31 ሀብዋ ፡ እምፍሬ ፡ እደዊሃ ። ወይትአኰት ፡ በአናቅጽ ፡ ምግባራ ።

31 Give to her of the fruit of her hands; and let her work be praised in the gates.

ETHIOPIC LIBRARY COLLECTION

1. Hugh Pilkington. *The Book of Proverbs in Ethiopic and English*.

2. *Kebra Nagast*. Bilingual edition (Ge'ez-English)

3. August Dillmann. *Ethiopic Chrestomathy. Texts*. (English edition)

4. August Dillmann. *Ethiopic Chrestomathy. Glossary*. (English edition)

5. Job Ludolf. *The Book of Psalms* (Ge'ez edition).

6. *The Ascension of Isaiah* (Ge'ez – English edition).

Lightning Source UK Ltd.
Milton Keynes UK
UKHW022037211119
353991UK00024B/412/P

9 781983 193194